मधुमेह
एक आव्हान

डॉ. अरुणा अशोक जैन ■ डॉ. अशोक बिरबल-जैन
एम.डी. एम.डी.

मेहता पब्लिशिंग हाऊस

All rights reserved along with e-books & layout. No part of this publication may be reproduced, stored in a retrieval system or transmitted, in any form or by any means, without the prior written consent of the Publisher and the licence holder. Please contact us at **Mehta Publishing House,** 1941, Madiwale Colony, Sadashiv Peth, Pune 411030.

✆ +91 020-24476924 / 24460313

Email : info@mehtapublishinghouse.com
production@mehtapublishinghouse.com
sales@mehtapublishinghouse.com
Website : www.mehtapublishinghouse.com

◆ या पुस्तकातील लेखकाची मते, घटना, वर्णने ही त्या लेखकाची असून त्याच्याशी प्रकाशक सहमत असतीलच असे नाही.

MADHUMEHA : EK AAVHAN by Dr. ARUNA ASHOK JAIN & Dr. ASHOK BIRBAL-JAIN

मधुमेह : एक आव्हान / आरोग्यपर

© डॉ. अरुणा अशोक जैन व डॉ. अशोक बिरबल–जैन
मधुमेह, हृदयरोग व अस्थमा निवारण केंद्र,
जैन हॉस्पिटल, रामनगर, वर्धा.
०७१५२-२४२९९९ / E-mail : abj@live.in

प्रकाशक : सुनील अनिल मेहता, मेहता पब्लिशिंग हाऊस,
१९४१, सदाशिव पेठ, माडीवाले कॉलनी, पुणे - ४११०३०.

अक्षरजुळणी : इफेक्ट्स, २१/६ब, आयडिअल कॉलनी,
कोथरूड, पुणे ४११०३८.

मुखपृष्ठ : चंद्रमोहन कुलकर्णी

प्रकाशनकाल : ६ जून, २००३ / सप्टेंबर, २००३ / मार्च, २००५ /
फेब्रुवारी, २००६ / डिसेंबर, २००७ / जानेवारी, २०१२ /
पुनर्मुद्रण : ऑगस्ट, २०१५

ISBN for Printed Book 8177664107
ISBN for E-Book 9788184988338

मधुमेहासोबत जगणे ही एक कला असून
त्या कलेत पारंगत होण्यासाठी स्वयंनियंत्रण किती आवश्यक आहे
हे जाणणाऱ्या आमच्या पिताश्रींना
स्व. श्री. बिरबल जैन, *I.A.S.*, निवृत्त मुख्य सचिव (म.प्र.शासन)
यांना या पुस्तकरूपाने भावपूर्ण श्रद्धांजली

FOREWORD

I deem it my pleasure to record my sense of appreciation and gratitude to Dr. Aruna Ashok Jain & Dr. Ashok Birbal-Jain for having brought out an extensive and indepth analytical information about Diabetes, in the form of a ready and handy reference for the all concerned and that too in a vernacular language (Marathi), whereby a significant void stands fulfilled. The information thereunder is apt, synchronised, relevant, purposive and meaningful as well, which would be of use to one and all, irrespective of his academic level.

The relevance of the book has to be viewed in the context that India has been designated as 'World Capital of Diabetes'. The rapid growing incidence of the malady is primarily attributable to on going industrilization, unending urbanization, alterations in pattern of life in terms of changed food habits, on growing fast food culture, binding and unavoidable stresses and strains in the domain of contests and perceptible competetions at every step in the name of modern civilisation and culture as a whole.

The authors have taken a critical appraisal of all these aspects pertaining to the problem of Diabetes and have brought out remedial measures and modalities with ease and effectivity, which is the hall mark of the beauty of the book. I am sure, it shall go a long way in fulfilling the desired expectations of the needy and all the concerned.

Recording my heartfelt appreciation for the creative work, I expect and hope that the same shall be periodically updated for its future relevance as well.

Dr. Vedprakash Mishra
Chairman,
Post Graduate Medical
Education Committee,
Medical Council of India.
Dean, Faculty of Medicine,
Nagpur University, Nagpur

प्रस्तावना

मधुमेह अगर डायबेटीज् या रोगाबद्दल अनेक समज व गैरसमज आहेत. या रोगाबद्दलचे अज्ञान व भीती, यांमुळे त्यांत भरच पडत असते. याशिवाय सल्ला देणाऱ्यांची संख्याही खूप आहे. त्यामुळे रोगाबद्दलची निश्चित माहिती, त्यावरील उपाय व उपचार पद्धती यांबद्दल व्यवस्थित व सर्वंकष ज्ञान असणे ही काळाची गरज आहे. आणि यासाठीच साध्या व सोप्या भाषेत अथपासून इतिपर्यंतची माहिती देणारे हे पुस्तक लिहून डॉ. अरुणा जैन व डॉ. अशोक जैन यांनी स्पृहणीय कार्य केले आहे, त्याबद्दल त्यांचे करावे तेवढे अभिनंदन थोडेच आहे.

मला स्वतःला गेली तीस वर्षे मधुमेह आहे. पण जीवनपद्धतीत बदल करून, काही पथ्ये पाळून व नियमित औषधोपचार करून या रोगासोबत गुण्यागोविंदाने जगता येते हे माझ्या प्रत्ययास आले आहे आणि त्यामुळेच अधिकार नसतानाही केवळ स्नेहापोटी मी हे चार शब्द लिहिण्याचे धारिष्ट्य करीत आहे.

मधुमेह हा रोग आनुवंशिक आहे असे मानले जाते. तो संपूर्ण बरा होऊ शकत नाही असे म्हणतात. याबाबतची चर्चा तज्ज्ञांवर सोडून देऊन, रोग्याने स्वतः या रोगाच्या लक्षणांची, कारणांची माहिती स्वत: करून घेतली, तर रोग काबूत राहण्यास मदत होते, हाही माझा अनुभव आहे, जो या पुस्तकाच्या वाचनामुळे दुणावला आहे. या रोगाची, व त्यावरील उपचाराची संपूर्ण माहिती रोग्याने व सामान्य माणसाने जर करून घेतली, तर हा 'रोग' शत्रू न राहता, 'सोबती' होऊ शकतो, याचे फार चांगले मार्गदर्शन लेखकांनी या पुस्तकाद्वारे केले असल्यामुळे या रोगाबद्दलचे, उपचार पद्धतीबद्दलचे अनेक ग्रह व दुराग्रह दूर होण्यास मदत होईल याबद्दल मला खात्री आहे. लेखकांनी या पुस्तकात ही सारी माहिती चित्रे, आराखडे यांचा उपयोग करून मांडल्यामुळे सामान्यांतल्या सामान्य वाचकालाही बोध होऊ शकतो व त्याचे अनेक गैरसमज दूर होण्यास मदतही होऊ शकेल. रोगाबद्दलच माहिती नसेल तर 'नीमहकीम' जे 'खतरेजान' असू शकतात त्यांना बळी पडण्याचा धोका असतो. आचार्य विनोबांजींनी म्हटल्याप्रमाणे ॲलोपॅथी असो, नॅचरोपॅथी असो, की होम्योपॅथी असो, अगर इतर दुसरी कुठलीही पॅथी असो, त्यांत 'सिम्पथी' नसेल तर सारी वैज्ञानिक प्रगती, सर्वनाशास कारणीभूत ठरू शकते. अशी 'सिम्पथी' अगर रोग्याबद्दलची सहानुभूतीची भावना हे या पुस्तकाचे अधिष्ठान आहे. ही भावना जर डॉक्टरी व्यवसाय करणारांत नसेल तर व्यवसाय 'नोबल' असला तरी व्यवसायिक 'नोबल' राहात नाहीत. म्हणून व्यवसायातील उदात्त वृत्ती जोपासून या डॉक्टर दाम्पत्याने हे पुस्तक लिहले आहे. यांचे शिक्षण सेवाग्राम येथील मेडिकल कॉलेजमध्ये झाले. व्यवसाय

वर्धा येथे आहे. त्यामुळे सेवाग्राम व वर्धा येथील गांधीप्रणीत विचारांच्या प्रत्यक्ष अगर अप्रत्यक्ष परिणामांतून हे पुस्तक उदयास आले आहे.

हे पुस्तक जर बारकाईने वाचले तर 'रोगी' काही अंशी स्वतःचा डॉक्टर होऊन, उपचार पद्धतीस मदतनीस ठरू शकतो. या पुस्तकात मधुमेहाच्या लक्षणांपासून, आवश्यक आहारपद्धती, व्यायाम, औषधे व इंजेक्शन घेण्याची पद्धती यांपासून तर इतर रोगांशी मुकाबला कसा करता येऊ शकतो येथवर थोडक्यात पण आवश्यक ती सारी माहिती देण्यात आली आहे. एवढेच नव्हे तर पादत्राणे ही कशी वापरावीत, याबद्दलचीही माहिती दिली गेली आहे. आताशा रोगी स्वतःच इंजेक्शन घेतात. तेव्हा तसे इंजेक्शन घेताना कुठली खबरदारी घेणे आवश्यक व अगत्याचे आहे, हे जाणून घेणे फार आवश्यक आहे. याखेरीज असे म्हणतात की, मधुमेहामुळे डोळे, पाय, मूत्रपिंड आदी इतर अवयवांवर विपरीत परिणाम होऊ शकतो. त्यांबाबतीत कुठली काळजी घेतली पाहिजे हेही या पुस्तकातून कळू शकेल. गर्भावस्थेत कुठली काळजी घेतली तर होणाऱ्या बाळालाही जपता येऊ शकते, रक्तदाबावर ताबा मिळविता येतो आदी सर्वच माहिती थोडक्यात, पण एकत्रित रीत्या देण्यात आल्याने, ती फार उपयुक्त ठरणार आहे.

माझ्या मते अशा पुस्तकाची फार गरज असते. अज्ञानापोटी अनेकदा रोग बळावतो, म्हणून सामान्य जनांना रोगाची संपूर्ण माहिती करून देणे हे फार मोठे लोकशिक्षणाचे कार्य आहे. आजकालच्या कटकटीच्या व गुंतागुंतीच्या जीवनात रोग्याला स्वतःच सकृतदर्शनी कुठला रोग झाला आहे, हे जाणून घेऊन तज्ज्ञ डॉक्टरांची निवड करावी लागते. 'जनरल प्रॅक्टीशनरची संख्या कमी कमी होत आहे. अशा वेळी 'वैद्य' लोकांपासून स्वतःला वाचविण्यासाठी रोगाची माहिती करून घेऊन, एका मर्यादेपर्यंत स्वतःच स्वतःचे डॉक्टर व्हावे लागत आहे. महात्मा गांधींनीही मधुमेहावर काय उपचार करावेत व कुठली काळजी घ्यावी याबाबत ४ डिसेंबर १९१२ रोजी गोपाळ कृष्ण गोखले, यांना पत्र लिहिले होते. त्या काळापासूनच असे लोकशिक्षणाचे कार्य अगत्याचे वाटू लागले होते. त्याच मालिकेतील हे पुस्तक आहे. अर्थात पुढचे पाऊल आहे. त्यामुळे हे पुस्तक लिहिल्याबद्दल लेखकांचे पुनश्च अभिनंदन करतो व सुजाण वाचक या पुस्तकाचे खुल्या मनाने व मोकळया हाताने स्वागत करतील अशी अपेक्षा बाळगतो. या पुस्तकास माझ्या हार्दिक शुभेच्छा!

मुंबई **न्या. चंद्रशेखर धर्माधिकारी**

आशीर्वचन

आजच्या विज्ञानयुगात मानवी जीवन फार गतिमान व धावपळीचे झाले आहे. विज्ञान व तंत्रज्ञानाच्या कृपेने सुखसोयींमध्ये अकल्पित वाढ झाली असून त्यामुळे कष्टांची गरज उणावत चालली आहे. त्याचबरोबर जगण्यासमोरील प्रश्नही वाढत चालले आहेत. सुखसोयींमधील वृद्धी व शारीरिक परिश्रमांना उतार यांतून वेगवेगळ्या आजारांना तोंड देण्याची पाळी येत आहे. माणसाची सुखलोलुपता वाढत आहे. सुखप्राप्तीसाठी स्पर्धा वाढत आहेत. परिणामी मनावरील ताणतणाव तीव्रतेने जाणवू लागले आहेत. यातूनच निरनिराळ्या आजारांना आमंत्रणे जातात. मधुमेह, हृदयविकार, कर्करोग व एड्स या नव्या रोगांचे आक्रमण मानवी जगतावर वेगाने होत चालले आहे.

शिक्षण व नव्याने जीवनावर होणाऱ्या सुखसोयींचा वर्षाव यांमुळे आपल्या समाजाचीही फाळणी झाली आहे. सुखाच्या शोधात वणवण करणारा वर्ग व शारीरिक सुखांचे अजीर्ण झालेला वर्ग. पहिला वर्ग ग्रामीण भागात राहतो. कधी शहरी वळचणीखाली कसाबसा आश्रय मिळवतो. त्यातून झोपडपट्ट्यांची वीण वाढत जाते. अज्ञान, अस्वच्छता व कुपोषण ही रोगजंतूंची तेथील विसाव्याची ठिकाणे आहेत. दुसरा वर्ग शहरात राहतो. सुखासीन जीवन जगतो. अभाव, दुर्भिक्ष्य, दारिद्र्य व दुःख यांची ओळख त्या वर्गाला पुस्तकांतून किंवा पुस्तकी पंडितांच्या वावदूकतेतून होते. हिवताप, पटकी किंवा महारोग यांचे बळी ठरण्यातच या वर्गाचे आयुष्य व्यतीत होते. तर रक्तदाब, मधुमेह, हृदयविकार, कर्करोग, एड्स यांना घाबरण्यात किंवा गोंजारण्यात सुखासीन वर्गाच्या आयुष्याची गौर सजविली जाते. हे रोग पूर्वीच्या काळीही असू शकतील. पण, त्यांची नावे अन्य असतील, निदान प्रमाण तरी अत्यल्प असेल. आपल्या नव्या व्यामिश्र जीवनशैलीमुळे त्यांचे प्रमाण आज वाढलेले दिसते. पहिल्या गटातील रोगांची गरिबांशी मैत्री असते, तर दुसऱ्या गटातील आजार आर्थिक अनुकूलतेबरोबर उदयाला येतात. ज्यांना उदरनिर्वाहासाठी कष्ट करण्याशिवाय गत्यंतर नसते, त्यांच्यापासून हे श्रीमंती रोग वचकून असतात. पहिल्या गटाला आपल्या आजाराची भीती असते व काळजी असते, तर दुसऱ्या गटात ज्याच्या त्याच्या जवळ आपल्या रोगांचे कोडकौतुक करण्याची हौस असते.

अशा आजारांमध्ये मधुमेहाचा प्रसार झपाट्याने व व्यापक प्रमाणात होत आहे. गोड खाणाऱ्यांना मधुमेह होतो, एवढीच मधुमेहाबद्दलची समजूत पूर्वीच्या काळी होती. त्यामुळे त्याचा फैलाव गोड खाल्ल्याशिवाय राहू न शकणाऱ्या वर्गापुरताच मर्यादित होता. पण, त्याशिवायही मधुमेह होत असतो हे नव्या

काळात नित्य प्रत्ययाला येत आहे. आरामशीर व बैठ्या जीवनशैलीमुळे तऱ्हेतऱ्हेचा रुचकर आहार घेत राहणे एवढा एकच विरंगुळा असतो. त्यामुळे वजन वाढते. वजनामुळे आळस वाढतो. चलनवलन कमी झालेल्या अशा ऐदी माणसावरच रक्तदाब व मधुमेह झडप घालतात. त्यामुळेच आपण आता श्रीमंत झाल्याची त्याला सुखद खात्री पटते. शिवाय जोडीला स्पर्धामय जगातील ताणतणाव असतातच. स्निग्ध व पिष्टमय पदार्थ, चमचमीत पदार्थ, मद्यपूर्वक मांसाहार, व्यायामाची नावड या मंडळींचे पथक रक्तदाब व मधुमेह यांच्या राजेशाही आगमनाची ललकारी देण्याकरता पुढे येते व या दोन्ही रोगांनी पहिल्या पदार्पणातच अवघ्या शरीराचे साम्राज्य पादाक्रांत केल्याचे श्रेय त्यांना मिळते. २१व्या शतकातील पहिल्या दोन दशकांत भारतातील मधुमेहींची संख्या सहा कोटी होणार असल्याचा अंदाज जागतिक आरोग्य संघटनेच्या एका तज्ज्ञ समितीने व्यक्त केला आहे. त्यामुळे मधुमेह्यांच्या जागतिक पार्श्वभूमीवर भारत आघाडीवर असेल. सध्याच एकूण लोकसंख्येच्या एक टक्का मधुमेह्यांची संख्या आहे. काही वर्षांनी मधुमेह्यांसाठी वेगळा मतदार संघ स्थापन होऊन त्यांचा प्रतिनिधी विधानमंडळावर येण्याची भीती आहे.

याला आळा घालायचा असेल, तर सामाजिक जागृतीचे अनेक कल्प हाताळावे लागतील. रक्ततपासणी शिबिरे, चर्चासत्रे, प्रचारयात्रा, व मार्गदर्शक वाङ्मय यांची राळ उठवण्याची आवश्यकता आहे. मधुमेह कसा, कशामुळे, कुणाला होतो, कसा वाढतो, त्याचे आनुषंगिक दुष्परिणाम कोणते, त्यावरील रामबाण उपाय यांबद्दल दुर्दैवाने समाजामध्ये अनेक गैरसमज प्रचलित आहेत. दुर्दैवाने हृदयविकार, कर्करोग किंवा एड्सइतके मधुमेहाचे गांभीर्यही लक्षात घेतले जात नाही. आणि त्यामुळे त्याच्या परिणामांची पर्वा न करण्याची प्रवृत्ती वाढत आहे.

अशांच्या मार्गदर्शनासाठी डॉ. अरुणा व डॉ. अशोक जैन यांच्या प्रस्तुत 'मधुमेह : एक आव्हान' या पुस्तकाचे व्यापक प्रमाणात स्वागत व्हायला हवे. मधुमेहावरील उपचाराचा व्यवसाय करणारे डॉक्टर आजही कमी नाहीत. पण त्या रोगाचा धोका लक्षात आणून देण्यासाठी लोकमानस तयार करण्याची निकड अद्याप त्यांना जाणवलेली दिसत नाही. एक तर, आपले व्यवसायहित बाजूला ठेवून लोकहिताच्या व्यापक दृष्टीने या प्रकरणाकडे लक्ष देण्याची सिद्धता दुर्मिळ आहे. दुसरे, प्रचारासाठी आवश्यक असलेल्या भाषासिद्धीबद्दलच्या आत्मविश्वासाचा अभाव. सुदैवाने डॉ. जैन दाम्पत्याने हे आव्हान स्वीकारले व मधुमेहाबद्दलचे सर्वांगीण मार्गदर्शन करण्याचा सफल प्रयत्न केला. मधुमेहाची कारणे, घातघटक, लक्षणे, निदान व उपचार यांबद्दलचे अनुभवी विवेचन या पुस्तकामध्ये आले

आहे. विशेषतः उपचारांची जी पंचसूत्री त्यांनी सांगितली आहे, ती अतिशय उपयुक्त आहे. आहारातील उष्मांक, आहाराच्या सवयींत बदल, अंकुरित अमृतान्न, व्यायाम, योगाभ्यास याव्यतिरिक्त नित्याच्या औषधोपचाराचीही माहिती यात आली आहे. मधुमेहाचे व उपचारांचेही आनुषांगिक परिणाम सांगितले असून शरीरातील रक्तशर्करेचे प्रमाण कमी वा अधिक झाल्यास घ्यावयाच्या दक्षतेवरही नेमके बोट ठेवले आहे. उच्च रक्तदाब, हृदयविकार, अंधता, मज्जातंतूंचे किंवा मूत्रपिंडाचे विकार या मधुमेहकुळातील परिवारांबद्दलही आवश्यक ते उद्बोधन केले आहे. विशेषतः लैंगिक समस्या, गर्भावस्था, शैशवावस्था, वार्धक्य यांचे मधुमेहाशी नाते प्रस्थापित झाल्यास त्यावर नियंत्रण कसे ठेवावे, मधुमेहीच्या रक्ततपासण्या, आहारघटकाचा तक्ता, वजन आणि उंची यांच्यातील ताळमेळ सुचविणारा तक्ता यांमुळे पुस्तकाच्या सर्वांगपूर्णतेत भरच पडली आहे.

असे उपयुक्त मार्गदर्शन आपदांची अभ्रे येऊ घातल्याच्या सुमारास पुस्तकरूपाने केल्याबद्दल डॉ. अरुणा व डॉ. अशोक या दोघांचे आभारपूर्वक अभिनंदन करायला हवे.

राम शेवाळकर

नागपूर
१४ नोव्हेंबर २००२
जागतिक मधुमेह दिन.

दोन शब्द

डॉ. अरुणा जैन उर्फ 'दीदी' व डॉ. अशोक जैन उर्फ 'जिजाजी' या लेखकद्वयींचा परिचय करून देण्याची जबाबदारी म्हणजे माझा सन्मानच आहे. ती जबाबदारी व्यवस्थित पार पाडण्याचा हा माझा प्रामाणिक प्रयत्न आहे.

'दीदी' आणि 'जिजाजीं' विषयी एका पानात मजकूर बसवणे अवघड आहे. मनात आठवणींची इतकी गर्दी झाली आहे की सुरुवात कुठून करावी हेच कळत नाही. अत्यंत हुशार व नम्र असलेली माझी दीदी बुद्धी व जिद्द यांमुळे ऑक्टोबर ७३ मध्ये एस्.एस्.सी. बोर्डात पहिली आली होती. तिथपासून ते आजपर्यंतची मजल म्हणजे अंगभूत गुणांना कष्टांची जोड मिळाली तर अशक्य काहीही नसते याचे मूर्तिमंत उदाहरण आहे.

जैन दांपत्याने महात्मा गांधी इन्स्टिट्यूट ऑफ मेडिकल सायन्सेस मधून एम्.बी.बी.एस्. व एम्.डी. या पदव्या मिळवल्या. त्यानंतर गेली पंधरा वर्षे दोघेही वर्ध्यातील प्रथितयश कन्सल्टंट्स म्हणून नावाजलेले आहेत. वर्धा डॉक्टर्स असोसिएशन व लायन्स क्लब या दोन्ही संस्थांचे ते अनेक वर्षे पदाधिकारी होते. आपला समाज आणि त्यातले लोक यांच्याविषयी असलेल्या समाजऋणाचं पूर्ण भान त्यांना असल्यामुळे त्या माध्यमांचा त्यांनी समाजसेवेसाठी पुरेपूर उपयोग केला.

इतकेच नव्हे तर गावोगावी अत्यंत क्लिष्ट वैद्यकीय विषयांवर सोप्या भाषेत व्याख्याने देणे, सर्वसामान्य माणूस तसेच बुद्धिजीवी वर्ग यांसाठी योगासने व तणाव नियोजन इत्यादी शिबिरे आयोजित करणे असे अनेक उपक्रम त्यांनी यशस्वीपणे राबवले आहेत.

ॲलोपॅथीचे पदवीधर आहोत म्हणून फक्त त्याच संकुचित ज्ञानाचा वापर न करता होमॅओपॅथी, आयुर्वेद इत्यादी सर्व शाखांचा सखोल अभ्यास करून 'होलिस्टीक ॲप्रोच'ने लिहिलेले मधुमेहावरील मराठी भाषेतील हे बहुधा पहिलेच पुस्तक असेल. ते मधुमेहींना अत्यंत मार्गदर्शक ठरेल यात शंका नाही.

डॉक्टरद्वयींच्या ज्ञानपिपासू वृत्तीमुळे ते सतत 'इंटरनेट' वर अद्ययावत ज्ञानाच्या शोधात असतात. हैद्राबाद येथे नुकत्याच भरलेल्या मधुमेहविषयक कार्यशाळेतील त्यांचा सक्रीय सहभाग हेच दर्शवितो.

त्यांचं करिअर लखलखतं आहे. 'दमा' या आजारावरील त्यांचं पहिलं पुस्तक याआधीच प्रकाशित झालं आहे. वाचकांच्या भरघोस प्रतिसादामुळे साहित्य संस्कृतीतसुद्धा त्यांना उदंड यश लाभो हीच सदिच्छा!

डॉ. सौ. वंदना अभय माने

एम.डी.

मनोगत

बदलत्या आधुनिक जीवनशैलीमुळे व स्पर्धात्मक युगातील प्रचंड मानसिक तणावामुळे गेल्या दोन दशकांत डायबेटिस अर्थात मधुमेह, उच्च रक्तदाब व हृदयविकार या अर्वाचीन महारोगांचे प्रमाण वाढत आहे. विकसनशील देशांमध्ये तर डायबेटिस इतक्या वेगाने आपले जाळे पसरवीत आहे की भारत हा मधुमेहाची जागतिक राजधानी म्हणून ओळखला जातो व लवकरच म्हणजे सन २०२५पर्यंत भारतातील मधुमेही एकीकडे तर उर्वरित सर्व जगातील मधुमेही दुसरीकडे अशी परिस्थिती निर्माण होणार असल्याचे वर्तविले जात आहे. वर्ध्यासारख्या लहान लहान गावांमध्येदेखील मधुमेह आपले पाय रोवून ठाण मांडून बसू लागला आहे. तेव्हा अशा या विकाराने त्रस्त झालेल्या रुग्णांसाठी काही करता येईल का हा विचार मनात आला.

आम्हां दोघांपैकी एक पॅथॉलॉजिस्ट तर दुसरा चिकित्सक म्हणजे निदान व उपचार दोन्ही सतत सोबतच. त्यामुळे नियमितपणे लॅबोरेटरीमध्ये येऊन पॅथॉलॉजिस्टकडे रक्ततपासणी करणे व लगेच रक्ताचा रिपोर्ट घेऊन फिजिशियनकडून ट्रीटमेंट घेणे यांमुळे मधुमेहाच्या रुग्णांची संख्या वाढत गेली. हळूहळू हे सर्व पेशंटस् मनमोकळेपणाने बोलू लागले व आपल्या मनातील शंका, डायबेटिसबद्दलचे प्रचलित गैरसमज याविषयी चर्चा करू लागले. यातूनच CDHAC (Centre for Diabetes Heart and Asthma Care) ची संकल्पना निघाली.

जैन हॉस्पिटल, रामनगर, येथे महिन्यातून एकदा या रुग्णांसाठी कार्यशाळा किंवा चर्चासत्रांचे आयोजन होऊ लागले. या चर्चासत्रांमध्ये असे लक्षात आले की मधुमेह या आजाराविषयी सामान्य जनतेमध्ये उपयुक्त माहितीपेक्षा गैरसमजच जास्त आहेत. उदा.

१. डायबेटिसचे प्रमाण प्रगत व पाश्चात्त्य देशांमध्ये सर्वांत जास्त आहे.
२. डायबेटिस फक्त श्रीमंतांचा आजार आहे.
३. डायबेटिस फक्त प्रौढांनाच होतो. लहान मुलांना होऊ शकत नाही.
४. गोड पदार्थ किंवा साखर खाल्ल्याने मधुमेह होतो. साखर सोडली तर मधुमेह होत नाही.
५. आईवडिलांच्या घराण्याकडून वारसा नसेल तर मधुमेह होत नाही.
६. लघवीची चाचणी ही मधुमेहाचे निदान करण्यासाठी पुरेशी आहे.
७. मधुमेही व्यक्तींनी भात, बटाटा, गोड पदार्थ अजिबात खाऊ नयेत.
८. औषधोपचार चालू केल्यानंतर आहाराचे काटेकोर नियम पाळणे आवश्यक नाही.

९. औषधांद्वारे एकदा डायबेटिस आटोक्यात आल्यास औषध बंद करावे.
१०. रक्ततपासणीच्या दिवशी इन्शुलिन अथवा तोंडावाटे घ्यायच्या गोळ्या घेऊ नयेत.
११. इन्शुलिन एकदा सुरू झाले की ते शेवटपर्यंत घ्यावेच लागते.
१२. डायबेटिस पूर्णपणे बरा होऊ शकतो.

वर नमूद केलेले सर्व गैरसमज आहेत. ही वस्तुस्थिती नाही.

मोठमोठ्या शहरांतील उच्चभ्रू लोकांमध्ये तसेच खेड्यांत राहणाऱ्या ग्रामीण जनतेमध्ये डायबेटिसबद्दल प्रचलित असलेल्या गैरसमजांमुळे त्याच्या वाढत्या प्रसाराला आळा घालणे काही अंशी कठीण जाते. तेव्हा हे गैरसमज दूर करून योग्य वैद्यकीय ज्ञान आपल्या पेशंट्स्ना मिळावे, मधुमेहाशी मैत्री करून त्यासोबत जगण्याच्या कलेत त्यांना पारंगत करावे म्हणून स्वयंनियंत्रणात तरबेज करण्याच्या दृष्टीने एक छोटीशी पुस्तिका तयार करण्याचे ठरविले.

प्रत्येक मीटिंगच्या वेळेला पेशंट्सच्या प्रश्नांना उत्तरे देऊन त्यांचे शंकानिरसन करू लागलो व असे करता करता मधुमेहाच्या आव्हानाला सामोरे जाण्यासाठी तयार करीत असलेल्या छोट्याशा पुस्तिकेचे रूपांतर एका पुस्तकात झाले.

आमचा हा पहिलाच प्रयत्न असल्याने झालेल्या कामाबद्दल मनात थोडी धाकधूकच होती. परंतु विदर्भाचे सरस्वतीपुत्र डॉ. वेदप्रकाश मिश्रा, अधिष्ठाता वैद्यकीय शाखा, नागपूर विद्यापीठ व अध्यक्ष, स्नातकोत्तर समिती MCI, न्यायमूर्ती चंद्रशेखर धर्माधिकारी व वाचस्पती प्राचार्य डॉ. राम शेवाळकर यांच्या प्रशंसेची जेव्हा पावती मिळाली, तेव्हा आपण निवडलेला मार्ग योग्य असल्याबद्दल खात्री पटली. आमच्या या छोट्याशा कामगिरीबद्दल त्यांनी केलेले कौतुक निश्चितच पुढील आयुष्यात आम्हांला प्रेरणादायी ठरेल. या गुरुवर्यांना आमचे शतशः धन्यवाद.

पुस्तक लिहिण्याचे काम सुरू असताना सासरच्या व माहेरच्या आप्त-स्वकीयांचे सतत प्रोत्साहन मिळाले व विशेषतः आई-वडील, ज्येष्ठ बंधू, धाकट्या भगिनी व वर्ध्यातील कौटुंबिक स्नेही यांची विशेष रूपाने मदत मिळाली. आमच्या दोघा मुलांनी पूर्ण लेखनकाळात कॉम्प्युटरची तब्येत ठणठणीत ठेवण्याचा पूर्ण भार सांभाळला. त्या सर्वांचा सहयोग अमूल्य आहे.

तसेच आमच्या हॉस्पिटलच्या सर्व स्टाफची व मुख्यत्वे टाईपिंगचे काम न कंटाळता, न थकता करणारा नरेश यांची विशेष मदत मिळाली.

पुस्तकाच्या प्रकाशनात प्रकाशकाच्या भूमिकेबद्दल वादच नाही. ही जबाबदारी मेहता प्रकाशनाच्या श्री. सुनील मेहता यांनी काहीही आढेवेढे न घेता हसत हसत स्वीकारली व आपल्या हातात असलेल्या पुस्तकाला हे स्वरूप दिले, त्याबद्दल

त्यांचे विशेष आभार.

'मधुमेह प्रतिबंध' म्हणजे एक मॅराथॉन रेसच आहे. त्या दृष्टीने हे पुस्तक म्हणजे एक लहानसे पाऊल. प्रत्येक विषयाच्या खूप खोलात न जाता जनसामान्यांना व सर्व थरांतील लोकांना समजेल अशा भाषेत आमचे विचार मांडण्याचा प्रयत्न केला आहे. हे पुस्तक वाचून त्यात सांगितलेली पंचसूत्री अंगीकारल्यास मधुमेहाच्या रुग्णांना निश्चितच फायदा होईल

या पुस्तकामुळे मधुमेहाबद्दलचे गैरसमज दूर होऊन स्वयंनियंत्रणात फायदा झाल्यास हे पुस्तक लिहिण्याचे सार्थक झाल्याचे समाधान वाटेल.

डॉ. अरुणा जैन

डॉ. अशोक बिरबल-जैन

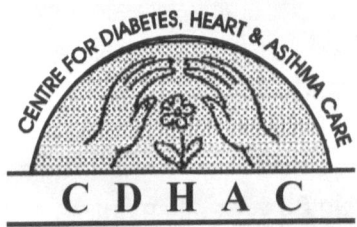

CENTRE FOR DIABETES, HEART & ASTHMA CARE

CDHAC

जैन हॉस्पिटल, रामनगर, वर्धा.

☎०७१५२-२४२९९९

E-mail : abj@live.in

अनुक्रम

मधुमेह : एक आव्हान / १
मधुमेहाशी परिचय / ३
मधुमेहासाठी जबाबदार घातघटक / ९
मधुमेहाची लक्षणे / १४
मधुमेहाचे निदान / १८
उपचार प्रणाली / २७
मधुमेह - आहार संतुलन / ३३
मधुमेह आणि व्यायाम / ५२
मधुमेह व औषधोपचार / ६१
मधुमेहाचे दुष्परिणाम / ७६
लिपिड प्रोफाईल / ८४
मधुमेहाच्या अनुषंगाने येणारे हृदयविकार व उच्च रक्तदाब / ९०
मधुमेहींचे दुर्लक्षित पाय / ९३
मधुमेही डोळे / ९५
मधुमेह व मूत्रपिंड विकार / ९८
मज्जातंतूंचे विकार – न्यूरोपॅथी / १०१
मधुमेह व जंतुसंसर्ग / १०६
त्वचेची निगा / १०७
मौखिक आरोग्य / १०९
हाडांच्या व सांध्यांच्या तक्रारी / १११
लैंगिक समस्या / ११३
मधुमेहींच्या आयुष्यातील ताणतणाव व नैराश्य / ११५
मधुमेह व गर्भावस्था / ११८
गोंडस गोड बालमधुमेही / १२६
वृद्ध मधुमेही / १३०
स्वयंनियंत्रण / १३२
आजारपण व मधुमेह / १३६

मधुमेहींचा प्रवास / १३८
मधुमेह व उपवास / १४०
मधुमेह प्रतिबंध/ १४१

परिशिष्ट (Appendix)
१. आपणास मधुमेहाची शक्यता आहे का? प्रश्नावली / १४३
२. मधुमेहाचे आदर्श नियंत्रण / १४५
३. मधुमेहीने वर्षातून एकदा करावयाच्या तपासण्या / १४६
४. Monthly Record. / १४७
५. Diabetic Record. / १४८
६. उष्मांकांचा जमाखर्च / १४९
७. मधुमेहींना उपयुक्त नाश्त्यासाठी काही पदार्थ / १५१
८. १६०० कॅलरीज् पुरविणारा आदर्श दैनंदिन आहार / १५२
९. अंकुरित अमृतान्न / १५३
१०. स्वस्थ आहारासाठी काही उपयुक्त सूचना / १५४
११. आदर्श दिनचर्या / १५५
१२. प्रौढांसाठी आदर्श वजन-उंची कोष्टक / १५६
१३. मधुमेहींसाठी 'डायबेटिक कार्ड' / १५७
१४. मधुमेहींच्या पायांसाठी काही उपयोगी व्यायाम प्रकार / १५८

१. मधुमेह : एक आव्हान

विसाव्या शतकात मानवाने वैज्ञानिक क्षेत्रात आणि विशेषतः वैद्यकीय क्षेत्रात अतुलनीय कामगिरी करून अनेक अभूतपूर्व संशोधनांद्वारे एक इतिहास घडविला आहे हे निश्चित; परंतु तरीही त्याला निसर्गावर मात करणे अजून तरी जमलेले नाही. आकाशात उंच भराऱ्या मारणाऱ्या मानवाने अवकाशात क्षेपणास्त्रे सोडली, चंद्रावर पाय ठेवून अशक्यप्राय गोष्ट शक्य करून दाखविली, परंतु गर्भात असल्यापासून ते मृत्यूपर्यंत अविरत स्पंदन करणाऱ्या, आयुष्यभर आपल्या शरीराची देखभाल करणाऱ्या, त्याला ऊर्जा पुरविणाऱ्या हृदयाच्या क्षमतेचे शक्तिशाली पंप किंवा मानवी मेंदूच्या तुलनेचे संगणक किंवा इन्शुलिनची निर्मिती करणाऱ्या स्वादुपिंडाला पर्याय, तो आजपर्यंत शोधू शकला नाही. गेल्या शतकात देवी, प्लेग अशा अनेक संसर्गजन्य रोगांवर त्याने मात केली. घटसर्प, धनुर्वात, गोवर, कांजिण्या यांसारख्या साथीच्या रोगांना प्रतिबंधक लसीकरणाने बरेच आटोक्यात आणले तर सध्या देशभर राबवीत येत असलेल्या पोलिओ लसीकरण मोहिमेने लवकरच पोलिओदेखील पळ काढेल यात शंका नाही. या व अशा अनेक संसर्गजन्य रोगांपासून बऱ्याच अंशी बचाव करण्यात यश आले असले तरी आधुनिक जीवनशैलीमुळे उद्‌भवणाऱ्या असंसर्ग रोगांचे प्रमाण नित्य वाढतच आहे.

दैनंदिन बैठी कामे, सपाटून होणारे औद्योगिकीकरण, पाश्चात्त्य संस्कृती, खाण्यापिण्यातील चंगळवाद, व्यायामाचा अभाव, स्पर्धात्मक जीवनशैली व प्रचंड मानसिक ताणतणाव या सर्वांमुळे अनेक व्याधी मनुष्याच्या मानगुटीवर बसल्या आहेत व त्याचे संपूर्ण शरीर हळूहळू पोखरून त्याला असहाय्य करीत आहेत.

आधुनिक युगात प्रामुख्याने साथीच्या रोगांसारखे पसरणारे आजार म्हणजे उच्च रक्तदाब, हृदयविकार, अस्थमा, कॅन्सर व सर्वात उच्च स्थान विभूषित

करणारा डायबेटिस– अर्थात् मधुमेह. मधुमेह म्हणजे आजच्या यंत्रयुगात राहणाऱ्या मानवासमोर उभे ठाकलेले 'एक आव्हान' आहे.

गेल्या दोन दशकांत सर्व जगभर मधुमेहाचे प्रमाण खूप वाढत आहे, यात शंका नाही. परंतु आपल्या भारत देशात तर ते इतक्या वेगाने पसरत आहे की, सध्या भारताला मधुमेहाची जागतिक राजधानी म्हणून ओळखले जाते. शिवाय प्रत्येक माहीत असलेल्या मधुमेहाच्या एका रुग्णामागे साधारण ३ ते ४ निदान न झालेले (अघोषित) मधुमेही असावेत असा अंदाज आहे.

असा हा मधुमेह चोरपावलांनी आपल्या जीवनात प्रवेश करतो व त्याच्याकडे दुर्लक्ष केल्यास हळूहळू रक्तवाहिन्या, मज्जासंस्था, हृदय, मेंदू, मूत्रपिंड, डोळा इत्यादी इंद्रियांवर ताबा मिळवून संपूर्ण आरोग्यरूपी संपत्ती हिरावून घेतो. परंतु याच मधुमेहाला चोर किंवा शत्रू न मानता त्याच्याशी दोस्ती केली, त्याची योग्य निगा राखली तर जन्मभर एका प्रामाणिक साथीदाराप्रमाणे आपण त्याच्यासोबत जगू शकतो. तत्पूर्वी देखील मधुमेह होण्यासाठी कारणीभूत असलेले घातघटक (risk factors) टाळण्याचा प्रयत्न केल्यास व आपल्या बदललेल्या आधुनिक जीवनशैलीत फेरबदल केल्यास मधुमेहाला आपण दूर ठेवू शकतो, हेही तितकेच खरे! काहींची मते यापेक्षा भिन्न असण्याची शक्यता आहे कारण एखाद्या समस्येला एकापेक्षा जास्त योग्य पर्याय असू शकतात. परंतु एक गोष्ट सत्य आहे. मधुमेह नियंत्रणासाठी स्वत: रुग्ण, वैद्यकीय क्षेत्रातील तज्ज्ञ व मधुमेह शिक्षणाचे महत्त्वाचे कार्य करणारा चमू या सर्वांचा महत्त्वाचा वाटा आहे.

परंतु यासाठी मनोनिग्रह मात्र खूपच आवश्यक आहे बरे! आपला मनोनिग्रह व या पुस्तकाची साथ या दोन्हींचा योग्य मेळ बसल्यास हे आव्हान आपण सहजतेने पेलू शकू व मधुमेहावर विजय मिळवू अशी आशा नव्हे, खात्री आहे. परंतु या पुस्तकात दिलेली माहिती हे मधुमेहावरील रामबाण औषध न समजता आपण घेत असलेल्या औषधांसोबत याचा मार्गदर्शक म्हणून उपयोग करावा असे मनापासून सांगावेसे वाटते.

पुस्तक वाचल्यानंतर आपल्या मनात काही शंका आल्यास किंवा काही सूचना असल्यास abj@live.in वर त्या कळवाव्या. त्यांच्याकडे निश्चितपणे लक्ष दिले जाईल.

■

२. मधुमेहाशी परिचय

मधुमेह म्हणजे काय?

रक्तातील साखरेचे प्रमाण एका विशिष्ट मर्यादेपेक्षा जास्त असणे म्हणजे मधुमेह. या व्याधीमध्ये इन्शुलिनच्या कमतरतेमुळे किंवा इन्शुलिनचे कार्य प्रभावी नसल्यामुळे आपण खाल्लेल्या अन्नाच्या चयापचयामध्ये बिघाड होऊन  रक्तशर्करा वाढते. अगदी सोप्या भाषेत सांगायचे म्हणजे रक्तातील ग्लुकोजचा वापर किंवा साठा पूर्णपणे होऊ शकत नाही व रक्तातील ग्लुकोजची पातळी ही सामान्य पातळीपेक्षा जास्त वाढते. या वाढलेल्या पातळीला हायपरग्लायसेमिया असे म्हणतात. आणि या हायपरग्लायसेमियाने एक ठराविक पातळी ओलांडली की त्यालाच वैद्यकीय भाषेत डायबेटिस मलायटस किंवा मधुमेह असे म्हणतात.

डायबेटिस या शब्दाचा अर्थ काय?

डायबेटिस हा ग्रीक शब्द असून त्याचा शब्दशः अर्थ म्हणजे **सायफन** किंवा **नळी.** या व्याधीतील 'वारंवार लघवी होणे' या लक्षणावरून त्याचे डायबेटिस हे नाव पडले. लघवीला असलेल्या गोड चवीमुळे त्याला मलायटस (लॅटिन भाषेत मलायटस म्हणजे मध) हा शब्द पुढे जोडला गेला.

या व्याधीला मराठीमध्ये मधुमेह असे नाव असून त्याचाही शब्दशः अर्थ मधुयुक्त लघवी असा होतो. याचा उल्लेख सर्वप्रथम प्राचीन भारतीय संस्कृतीत महान आद्यवैद्य चरक व सुश्रुत यांच्या ग्रंथात आढळतो. मधुमेहाचे कारण, त्यावरील विविध उपाययोजना यांच्याबद्दलची माहितीदेखील चरकसंहितेत आढळते. भारतीयांची मधुमेहाशी इतकी प्राचीन ओळख असूनदेखील भारतात मधुमेहाबद्दलचं अज्ञान व भीती मात्र अमाप आहे.

याच लक्षणाचा दुसरा एक आजार असून त्याला **डायबेटिस इनसिपिडस**

असे नाव आहे. या व्याधीमध्ये देखील वारंवार लघवी होते. परंतु यामध्ये इन्शुलिनचा काहीही संबंध नसून रुग्णाची रक्तशर्करा योग्य प्रमाणात असते. पिट्युटरी ग्रंथीत तयार होणाऱ्या Anti Diuretic Hormone (ADH) या अंत:स्रावाच्या कमतरतेमुळे हा रोग होतो. सर्वसाधारणपणे डायबेटिस हा शब्द डायबेटिस मलायटस या अर्थानेच वापरला जातो. आणि या पुस्तकातसुद्धा याच अर्थाने वापरला गेलेला आहे.

मधुमेहामध्ये रक्तशर्करा का वाढते?

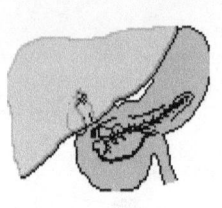

दैनंदिन जीवनात शरीरात होणाऱ्या सर्व घडामोडींसाठी लागणारी ऊर्जा उत्पन्न होण्यासाठी ग्लुकोजची आवश्यकता असते. ग्लुकोजपासून ऊर्जा उत्पन्न होण्यासाठी, ते पेशीच्या आत शिरण्यासाठी इन्शुलिन नावाच्या संप्रेरकाची (hormone) गरज असते. शरीर पेशींवर इन्शुलिनला आकर्षित करणारे संवेदक (receptors) असतात. या संवेदकांचा इन्शुलिनशी संयोग झाला की पेशींची प्रवेशद्वारे उघडतात व ग्लुकोजचा पेशींमध्ये प्रवेश होतो. मधुमेह नसलेल्या निरोगी व्यक्तींमध्ये जेव्हा रक्तातील ग्लुकोजचे प्रमाण वाढते (उदा. जेवणानंतर) तेव्हा स्वादुपिंड इन्शुलिनची निर्मिती करते व त्यामुळे ग्लुकोज शरीरातील पेशींमध्ये प्रवेश करू शकते. या ग्लुकोजचा काही भाग ऊर्जा उत्पन्न करण्यासाठी वापरला जातो तर उर्वरित ग्लुकोजचे ग्लायकोजेनमध्ये रूपांतर होऊन ते यकृत (liver) व स्नायूंमध्ये साठवले जाते. अशा प्रकारे इन्शुलिनमुळे रक्तशर्करेची पातळी कायम ठेवली जाते.

मधुमेहाच्या रुग्णांमध्ये एक तर इन्शुलिनची कमतरता असते किंवा इन्शुलिनच्या कार्यप्रणालीत बिघाड निर्माण होतो. त्यामुळे रक्तातील ग्लुकोजचे प्रमाण वाढत जाते.

इन्शुलिन म्हणजे काय?

आपल्या पोटामध्ये स्वादुपिंड (pancreas) नावाची ग्रंथी असते. या ग्रंथीतील बीटा पेशी (Beta cells in the islets of Langerhans) इन्शुलिन नावाचे संप्रेरक किंवा हार्मोन तयार करतात. पेशींच्या आवरणावर असलेले संवेदक म्हणजे जणू पेशीमध्ये ग्लुकोजचा प्रवेश बंद करणारी कुलुपे व

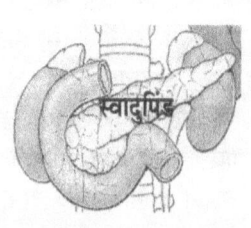

इन्शुलिन म्हणजे त्यांची किल्ली. जोपर्यंत इन्शुलिनरूपी किल्लीने संवेदकरूपी प्रवेशद्वारे उघडत नाहीत, तोपर्यंत ग्लुकोज पेशीमध्ये प्रवेश करून ऊर्जा निर्मितीचे कार्य करू शकत नाही. याचाच अर्थ पेशीवरील संवेदक व इन्शुलिन यांचे कुलूप-किल्लीचे नाते असते.

डायबेटिसचे वेगवेगळे प्रकार कोणते?

डायबेटिसचे मुख्यत्वे दोन प्रकार आहेत. टाईप १ व टाईप २.

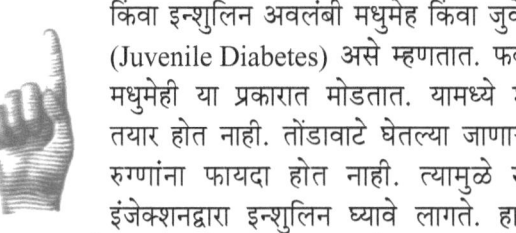

टाईप १. यालाच IDDM (Insulin Dependent Diabetes Mellitus) किंवा इन्शुलिन अवलंबी मधुमेह किंवा जुवेनाईल डायबेटिस (Juvenile Diabetes) असे म्हणतात. फक्त ५-१० टक्के मधुमेही या प्रकारात मोडतात. यामध्ये शरीरात इन्शुलिन तयार होत नाही. तोंडावाटे घेतल्या जाणाऱ्या औषधांचा या रुग्णांना फायदा होत नाही. त्यामुळे रुग्णाला बाहेरून इंजेक्शनद्वारा इन्शुलिन घ्यावे लागते. हा प्रकार बहुतांशी लहान मुलांमध्ये आढळून येत असला तरी कोणत्याही वयोगटातील व्यक्तींना होऊ शकतो.

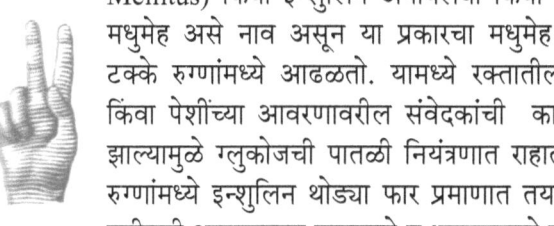

टाईप २. याला NIDDM (Non Insulin Dependent Diabetes Mellitus) किंवा इन्शुलिन अनावलंबी किंवा प्रौढ वयातील मधुमेह असे नाव असून या प्रकारचा मधुमेह ९० ते ९५ टक्के रुग्णांमध्ये आढळतो. यामध्ये रक्तातील इन्शुलिनची किंवा पेशींच्या आवरणावरील संवेदकांची कार्यक्षमता कमी झाल्यामुळे ग्लुकोजची पातळी नियंत्रणात राहात नाही. काही रुग्णांमध्ये इन्शुलिन थोड्या फार प्रमाणात तयार होते, परंतु शरीराची आवश्यकता एवढ्याने न भागल्यामुळे बाहेरून औषधे पुरवावी लागतात. हा प्रकार सर्वसाधारणपणे प्रौढांमध्ये (चाळिशीनंतर) दिसत असला तरी सध्या कमी वयातही आढळून येतो.

याशिवाय आढळून येणारे प्रकार म्हणजे – जस्टेशनल डायबेटिस (गरोदरपणातील डायबेटिस) व इतर काही कारणांमुळे उद्भवणारे डायबेटिस.

जस्टेशनल डायबेटिस : काही महिलांना एरवी मधुमेह नसला तरी गरोदरपणात साखरेचे प्रमाण वाढलेले आढळून येते. याला जस्टेशनल किंवा गरोदरपणातील डायबेटिस असे म्हणतात.

हा डायबेटिस फक्त गरोदरपणामध्ये असतो व प्रसूतीनंतर रक्तशर्करा पुन्हा सामान्य होते. या महिलांना पुढे प्रौढ वयात डायबेटिस होण्याची शक्यता जास्त असते.

मधुमेहाची इतर कारणे

१. *स्ट्रेस डायबेटिस* – आयुष्यात एखाद्या वेळेस मानसिक तणाव अचानक वाढल्यास (उदा. अपघात, घरातील प्रिय व्यक्तीचा मृत्यू, प्रचंड आर्थिक बोजा, व्यवसायातील नको असलेली बदली) या काळामध्ये रक्तातील साखरेचे प्रमाण वाढले जाऊन त्या व्यक्तीस डायबेटिस होतो व हा प्रचंड ताण निघून गेल्यावर रक्तशर्करा पुन्हा सामान्य होऊ शकते.

या व्यक्तींमध्ये पुढील आयुष्यात डायबेटिस होण्याची शक्यता जास्त असते.

२. *पँक्रियाज्च्या विकाराने उद्भवणारा मधुमेह* – स्वादुपिंड ग्रंथीच्या काही आजारांमध्ये इन्शुलिन तयार करणाऱ्या बीटा पेशींना अपाय झाल्यामुळे मधुमेह होतो.

३. *कुपोषणामुळे होणारा मधुमेह* – आर्थिक परिस्थिती खराब असलेल्या गरीब कुटुंबांमध्ये हालाखीच्या परिस्थितीत संतुलित आहार न मिळाल्यामुळे (विशेषत: प्रथिनांची कमी) मधुमेह होऊ शकतो.

४. काही आजारांसाठी नियमितपणे घेतल्या जाणाऱ्या औषधांच्या (उदा. स्टिरॉइड्स) दीर्घकालीन सेवनाने काही व्यक्तींना मधुमेह होऊ शकतो.

जगामध्ये व भारतामध्ये मधुमेहाचे प्रमाण किती?

जगात एकूण लोकसंख्येच्या ६-७ टक्के लोकांमध्ये मधुमेहाचा प्रादुर्भाव आढळतो. यांपैकी ९०-९५ टक्के लोक टाईप २ प्रकारात मोडतात तर फक्त ५-१० टक्के लोकांमध्ये टाईप १ मधुमेह दिसून येतो.

भारतामध्ये तर ही व्याधी इतक्या झपाट्याने पसरत आहे की, भारत हा मधुमेहाची जागतिक राजधानी (World capital of diabetes) म्हणून ओळखला जातो आणि प्रत्येक माहीत असलेल्या एका मधुमेही रुग्णामागे ३ निदान न झालेले (अघोषित) मधुमेही असल्याचे मानले जाते.

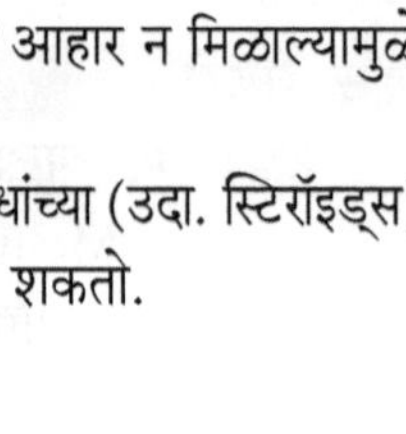

सध्या तरी ग्रामीण जनतेमध्ये मधुमेहाचे प्रमाण ३-४% आहे, परंतु शहरी लोकांमध्ये हे प्रमाण १२ ते १४% असून दिवसेंदिवस कमी वयोगटातील व्यक्तींना याची बाधा होत आहे.

आपल्या देशामध्ये मधुमेहाच्या वाढत्या प्रसाराला कोणत्या गोष्टी कारणीभूत आहेत?

बदललेली जीवनशैली मधुमेहाच्या वाढत्या प्रसाराला कारणीभूत आहे. दिवसेंदिवस होणारे औद्योगिकीकरण, ग्रामीण भागांचे शहरीकरण, राहणीमानातील बदल, आधुनिक जीवनशैलीतील खानपान आणि मद्यपान, बैठी कामे, फास्ट फूड कल्चर, स्पर्धात्मक युगातील चढाओढ, मानसिक ताणतणाव इत्यादी कारणांमुळे आपल्या देशामध्ये मधुमेहाचे प्रमाण वाढत आहे.

भारतीय मधुमेही व पाश्चात्त्य मधुमेही यांमध्ये मुख्यत्वे आढळून येणारा फरक कोणता?

१. जगातील पाश्चात्त्य मधुमेहींपेक्षा साधारणपणे १० वर्षे लवकर म्हणजे तिशीत/चाळिशीतच मधुमेह भारतीय वंशाच्या लोकांवर आक्रमण करतो.
२. भारतीयांमध्ये कमरेच्या वरच्या भागात चरबी साठण्याचे प्रमाण जास्त असल्यामुळे या प्रकारचा सफरचंद सदृश लठ्ठपणा हा मधुमेह होण्यासाठी एक महत्त्वाचा घात घटक ठरतो.
३. भारतीय वंशाच्या व्यक्तींमध्ये लिपिड प्रोफाईलमधील चांगल्या प्रकारच्या म्हणजे HDL कोलेस्टेरॉलचे प्रमाण कमी तर हानिकारक ट्रायग्लिसेराईड्सचे प्रमाण अधिक असते.

लोकांच्या मनात मधुमेहाबद्दल इतकी भीती असण्याचे कारण काय?

मधुमेह ही व्याधी silent killer म्हणून ओळखली जाते. सुरुवातीच्या काळात काहीही दुष्परिणाम नसले तरी हळूहळू अनेक प्रकारच्या दीर्घकालीन गुंतागुती निर्माण होतात. उदा. रक्तवाहिन्या व मज्जातंतू यांना इजा, हृदयविकार, पक्षाघात, अंधत्व, मूत्रपिंड निकामी होणे.

परंतु आनंदाची बाब म्हणजे योग्य ती काळजी घेऊन रक्तशर्करा सामान्य पातळीत ठेवली तर या गुंतागुंती काही प्रमाणात टाळता येतात किंवा बऱ्याच काळपर्यंत लांबविताही येतात.

मधुमेहामुळे आयुर्मर्यादा कमी होते का?

जर टाईप २ प्रकारच्या मधुमेहाचे निदान मध्यम वयात झाले तर आयुर्मर्यादा साधारणपणे ५ ते १० वर्षांनी कमी होते आणि बहुतांशी ८०% केसेसमध्ये हृदयविकार हे मृत्यूचे प्रमुख कारण असते.

मधुमेह झाल्यानंतर जास्तीत जास्त निरोगी व निरामयी आयुष्य जगण्यासाठी काय करावे?

- संतुलित आहाराची व नियमित व्यायामाची सवय लावा.
- आपल्या डॉक्टरांना नियमितपणे भेटून वरचेवर रक्ततपासणी व योग्य औषधोपचार घेऊन रक्तशर्करा नियंत्रणात ठेवा.
- दुसरा काही त्रास असल्यास त्वरित डॉक्टरांना भेटून सल्ला घ्या.
- मधुमेहाबद्दल जितकी अधिक माहिती मिळविता येईल तेवढी मिळवा. उदा. मधुमेहाबद्दलची शास्त्रीय माहिती वाचून या व्याधीला समजावून घेणे. मधुमेहींसाठी आयोजित कार्यशाळांमध्ये व शिबिरांमध्ये भाग घेऊन मनातील शंकांचे निरसन करणे.

जगविख्यात मधुमेहतज्ज्ञ आणि आधुनिक मधुमेहचिकित्सेचे जनक डॉक्टर जोसलीन यांच्या मते, 'The diabetic who knows the most lives the longest.'

■

३. मधुमेहासाठी जबाबदार घातघटक

मधुमेहासाठी जबाबदार घातघटक (risk factors) कोणते?

मधुमेह होण्याचे निश्चित कारण माहीत नसले तरी खालील बाबींमुळे टाईप २ मधुमेह होण्याची शक्यता वाढते.

१. कौटुंबिक इतिहास/आनुवंशिकता – कुटुंबातील एखाद्या व्यक्तीला किंवा जवळच्या नातेवाईकाला मधुमेह असल्यास.

२. वंश – भारतीय वंशाच्या व्यक्तींमध्ये मधुमेहाचे प्रमाण जास्त आढळते.

३. स्थूलपणा किंवा लठ्ठपणा – आपल्या आदर्श वजनाच्या २० टक्के जास्त वजन असल्यास.

४. सुटलेले पोट (central obesity) – कटी-नितंब प्रमाण (waist/hip Ratio) ०.८५पेक्षा जास्त असल्यास.

५. जीवनशैलीतील बदल – बैठी कामे, व्यायामाचा अभाव, बर्गर-कोलाचे फास्ट फूड कल्चर.

६. वय – जसजसे वय वाढत जाते तसतशी मधमेुह होण्याची शक्यता वाढते.

७. काही आजारांसाठी नियमितपणे घेण्यात येणारी औषधे. उदा. उच्च रक्तदाबासाठी वापरली जाणारी काही औषधे (Thiazide Diuretics), फिट्ससाठी घेतली जाणारी डायलँटीन, स्टिरॉइड्स.

८. धूम्रपान.
९. अति मद्यपान.
१०. मानसिक ताणतणाव – प्रदीर्घ मानसिक ताणतणावामुळे उत्पन्न होणाऱ्या हार्मोन्समुळे रक्तातील साखरेचे प्रमाण वाढते व मधुमेह होतो.

वर नमूद केलेल्या घातघटकांपैकी साधारणपणे कोणतेही ३-४ घटक नव्याने निदान झालेल्या मधुमेहींमध्ये आढळून येतात.

टाईप १ मधुमेहाची कारणे

टाईप १ मध्ये मधुमेहाची कारणे टाईप २ डायबेटिसपेक्षा भिन्न आहेत. बहुतांशी रुग्णांच्या बाबतीत मधुमेहाचा कौटुंबिक इतिहास नसतो. टाईप १ डायबेटिस ही एक प्रकारची ऑटो-इम्युन व्याधी (auto immune disorder) असून यामध्ये स्वादुपिंडातील इन्शुलिन तयार करणाऱ्या बीटा पेशींचा नाश होतो व त्यामुळे इन्शुलिनची निर्मिती होत नाही. यामागचे नक्की कारण माहीत नसले तरी गुणसूत्रातील दोष (genetic defects) व विषाणू संसर्ग (viral infection) यांचा यामध्ये मोठा वाटा असल्याचे मानले जाते.

मधुमेहामध्ये आनुवंशिकतेची भूमिका काय?

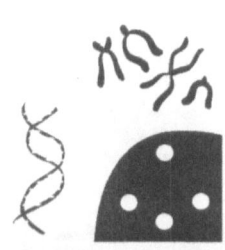

टाईप २ किंवा NIDDM मध्ये अनुवंशिकतेचा महत्त्वाचा वाटा आहे. आई आणि वडील दोघांना मधुमेह असल्यास त्यांच्या ७५ टक्के पेक्षा अधिक अपत्यांना मधुमेह होतो. दोघांपैकी एकाला असल्यास निम्म्या मुलांना तर दोघांनाही नसल्यास २५ टक्के पेक्षा कमी मुलांना मधुमेह होण्याची शक्यता असते. जुळ्यांमध्ये केलेल्या वैद्यकीय पाहणीत असे आढळून आले आहे की एकाला मधुमेह झाल्यास दुसऱ्याला मधुमेह होण्याची शक्यता ९५ टक्के असते. याचाच अर्थ टाईप २ मध्ये जेनेटिक फॅक्टर्स महत्त्वाचे आहेत. टाईप १ किंवा इन्शुलिन अवलंबी डायबेटिस (IDDM) मध्ये अनुवंशिकतेला विशेष महत्त्व नाही.

सेंट्रल ओबेसिटी (central obesity) म्हणजे काय? त्याचे महत्त्व काय?

सेंट्रल ओबेसिटी (central obesity) म्हणजे पोट सुटणे. शरीरामध्ये आवश्यकतेपेक्षा जास्त चरबी जमा झाली की स्थूलता येते. कमरेच्या वरच्या

भागात चरबी साठली की पोट सुटते. भारतीय पुरुषांमध्ये अशा प्रकारचा लठ्ठपणा जास्त आढळतो. यालाच सेंट्रल ओबेसिटी किंवा सफरचंद सदृश लठ्ठपणा (apple shaped obesity) म्हणतात. अशा व्यक्तींमध्ये मधुमेहाचे प्रमाण अधिक आढळते.

Waist-hip Ratio (WHR) चे महत्त्व काय?

कंबर व नितंब यांच्या घेराचा भागाकार म्हणजे Waist-hip ratio. मधुमेहाच्या संदर्भात याला खूप महत्त्व आहे. हे प्रमाण जर पुरुषांमध्ये ०.९ पेक्षा जास्त व स्त्रियांमध्ये ०.८ पेक्षा जास्त असेल तर तो मधुमेह होण्याच्या दृष्टीने घातक मानला जातो.

सिंड्रोम एक्स (Syndrome X) म्हणजे काय?

काही वर्षांपूर्वी Syndrome X हा एक नवीन शब्द वैद्यकीय क्षेत्रात प्रचलित झाला होता. सध्या त्यालाच Cardiac Dysmetabolic Syndrome किंवा cardiac syndrome X असे संबोधले जाते.

कर्बोदके व स्निग्ध पदार्थांच्या शरीरातील चयापचयामध्ये बिघाड झाल्यामुळे निर्माण झालेल्या काही लक्षणांच्या समूहाला कार्डियाक सिंड्रोम X असे म्हणतात.

खालील ५ पैकी ३ बाबी एखाद्या व्यक्तींमध्ये असल्यास त्याला सिंड्रोम X असल्याचे मानले जाते.

१) पोटाचा घेर – पुरुषांमध्ये १०० सेंमी (४० इंच) पेक्षा जास्त.
   स्त्रियांमध्ये ९० सेंमी (३५ इंच) पेक्षा जास्त.
२) उपाशी पोटी रक्तशर्करा – ११० मिग्रॅ % पेक्षा जास्त.
३) रक्तातील ट्रायग्लिसेराइडस् पातळी – १५० मिग्रॅ % पेक्षा जास्त.
४) HDL-Cholesterol पातळी – पुरुषांमध्ये ४० मि.ग्रॅ.% पेक्षा कमी.
   स्त्रियांमध्ये ५० मि.ग्रॅ.% पेक्षा कमी.

अशा व्यक्तींनी योग्य ती काळजी न घेतल्यास नजीकच्या भविष्यात मधुमेह, उच्च रक्तदाब व हृदयविकार होण्याची शक्यता बळावते.

कार्डियाक सिंड्रोम X भारतीय वंशाच्या व्यक्तींमध्ये प्रामुख्याने आढळून येतो. १०% सामान्य जनतेमध्ये तर ६० ते ७०% हृदयविकाराच्या रुग्णांमध्ये कार्डियाक सिंड्रोम X आढळतो.

युरोप, अमेरिका, जपान व चीन येथील रहिवाशांच्या तुलनेत भारतीयांमध्ये याचे प्रमाण ४ पट अधिक आहे.

इन्शुलिन रेझिस्टंस म्हणजे काय?

इन्शुलिन रेझिस्टंस म्हणजे शरीरातील पेशींवरील इन्शुलिन संवेदकांची कार्यक्षमता कमी झाल्यामुळे इन्शुलिनचा परिणाम (action) कमी होणे. यामुळे ग्लुकोजचा पेशींमधील प्रवेश कमी होतो. अशा व्यक्तींमध्ये इन्शुलिनचा परिणाम कमी होत असल्याने स्वादुपिंड जास्त इन्शुलिन तयार करून त्याची भरपाई करण्याचा प्रयत्न करते; म्हणून इन्शुलिन रेझिस्टंस असलेल्या व्यक्तींमध्ये रक्तातील इन्शुलिनची पातळी वाढत जाते. सेंट्रल ओबेसिटी असलेल्या व्यक्तींमध्ये अशा प्रकारचा इन्शुलिन रेझिस्टंस अधिक प्रमाणात आढळून येतो. सतत जास्त प्रमाणात इन्शुलिन तयार करीत राहिल्यामुळे काही दिवसांनी स्वादुपिंड देखील थकून जाते व इन्शुलिनची निर्मिती हळूहळू कमी होते. याचा अर्थ इन्शुलिन रेझिस्टंसच्या प्राथमिक अवस्थेत इन्शुलिनची पातळी जास्त असते तर कालांतराने ती कमी देखील असू शकते.

वाढलेल्या इन्शुलिन पातळीमुळे कोणत्या समस्या उद्भवण्याची शक्यता असते?

१. रक्तातील वाढलेल्या इन्शुलिन पातळीमुळे शरीरातील चरबीचे प्रमाण वाढते. ही चरबी मुख्यत्वे कमरेच्या वरच्या भागात जमा होते.
२. रक्तातील कोलेस्टेरॉलचे प्रमाण वाढते कारण यकृताद्वारे कोलेस्टेरॉल बनविण्याच्या क्रियेला चालना मिळते.
३. वाढलेल्या इन्शुलिनमुळे रक्तवाहिन्यांमधील स्नायूपेशींची वाढ होऊन त्या अरुंद होतात व त्यामुळे रक्तदाब वाढतो.
४. हृदयाला रक्तपुरवठा कमी होऊन हृदयविकाराची शक्यता वाढते.
५. वाढलेल्या इन्शुलिनमुळे ताणतणावासाठी कारणीभूत असलेल्या रसायनांची पातळीदेखील वाढते.

इन्शुलिन रेझिस्टंस टाळण्याकरिता सोपे उपाय

- आहारात आवश्यक ते बदल.
- नियमित व्यायाम.
- वजन कमी करणे.
- रक्तशर्करा नियंत्रणात ठेवणे.
- रक्तदाब नियंत्रणात ठेवणे.
- कोलेस्टेरॉलची पातळी योग्य प्रमाणात ठेवणे.

जास्त साखर खाल्ल्याने मधुमेह होतो का?

नाही. जास्त साखर खाल्ल्याने मधुमेह होत नाही परंतु मधुमेही व्यक्तींना

साखर खाण्यास प्रतिबंध असल्यामुळे काही गैरसमज निर्माण झाले आहेत. (उदा. खूप साखर खाणाऱ्या व्यक्तींना मधुमेह होतो. जर साखर खाल्ली नाही तर कधीही मधुमेह होणार नाही इ.)

एखाद्या निरोगी व्यक्तीने साखर खाल्ल्यास त्या प्रमाणात जास्त इन्शुलिन तयार होते व वाढलेली साखर पूर्णपणे नियंत्रणात ठेवली जाते. म्हणजेच निरोगी व्यक्तीने कितीही साखर खाल्ली तरी त्याला मधुमेह होत नाही. पण एक महत्त्वाची गोष्ट लक्षात ठेवायची की अतिसाखर किंवा मिष्टान्ने खाल्ल्याने वजन वाढते. जास्तीच्या साखरेचे चरबीमध्ये रूपांतर होऊन स्थूलपणा वाढतो आणि त्यामुळे नंतर मधुमेह होऊ शकतो.

तसेच 'एखाद्या व्यक्तीने अजिबात साखर खाल्ली नाही तर त्याला कधीही मधुमेह होऊ शकत नाही', हा समजसुद्धा चुकीचा आहे. कारण मधुमेहासाठी जबाबदार असलेले दुसरे घातघटक अशा व्यक्तींमध्ये असू शकतात. उदा. आनुवंशिकता, बैठी जीवनशैली, स्थूलपणा, व्यायामाचा अभाव, मानसिक ताणतणाव इत्यादी.

४. मधुमेहाची लक्षणे

मधुमेहाची लक्षणे कोणती?

इतर आजारांसारखी मधुमेहाची देखील काही लक्षणे असतात. परंतु सर्वच लक्षणे एका रुग्णामध्ये न आढळता वेगवेगळया रुग्णांमध्ये वेगवेगळी लक्षणे दिसून येतात.

मधुमेहाची काही प्रमुख लक्षणे

रक्तातील साखर खूप जास्त असलेल्या रुग्णांमध्ये ही लक्षणे प्रामुख्याने आढळतात.

- खूप भूक लागणे.
- अतिशय तहान लागणे.
- वारंवार लघवी होणे.
- अतिशय थकवा येणे.

इतर लक्षणे –

- जखम लवकर बरी न होणे किंवा चिघळणे.
- हातापायांना मुंग्या येणे.

- पायात गोळे येणे.
- खूप वजन वाढणे.
- काहींच्या बाबतीत अचानक वजनात घट.
- दृष्टी धूसर होणे व चष्म्याचा नंबर वारंवार बदलणे.
- जननेंद्रियांना खाज व इतर लैंगिक समस्या.

एक आश्चर्यजनक परंतु सत्य बाब म्हणजे अनेक मधुमेही रुग्णांना यांपैकी काहीही त्रास नसतो व रूटीन चेकअपमध्ये किंवा एखाद्या ऑपरेशनपूर्वी केलेल्या चाचण्यांमध्ये अचानक मधुमेहाचे निदान केले जाते. या लक्षणांवर आधारित मधुमेहाचे निदान कसे करावे याकरिता परिशिष्टामध्ये 'आपणास मधुमेहाची शक्यता आहे का?' ही प्रश्नावली दिलेली आहे.

मधुमेहामध्ये आढळून येणाऱ्या लक्षणांची कारणे काय?

१. **खूप भूक लागणे**
   इन्शुलिनच्या कमतरतेमुळे मधुमेही रुग्णाच्या रक्तातील वाढलेल्या साखरेचे नीट नियोजन होत नाही व ग्लुकोज पेशींच्या आतमध्ये जाऊ शकत नाही. यामुळे शरीरातील पेशींची उपासमार होते व रुग्णाला अतिशय भूक लागते.

२. **खूप तहान लागणे**
   वारंवार लघवी केल्याने शरीरातील पाणी कमी होऊ लागते व उत्सर्जित केलेले पाणी भरून काढण्यासाठी व रक्ताची घनता कायम ठेवण्यासाठी सतत पाणी पिण्याचा संदेश दिला जातो.

३. **वारंवार लघवी होणे**
   रक्तातील साखरेचे प्रमाण वाढले की ही वाढलेली साखर लघवीवाटे शरीरातून बाहेर पडते. साखर उत्सर्जित होताना तिला वाहक म्हणून जास्त पाण्याची आवश्यकता भासते व अशा प्रकारे रुग्णाला वारंवार लघवीसाठी जावे लागते.

४. **अतिशय थकवा येणे**
   सतत खाऊन-पिऊनदेखील इन्शुलिनच्या अकार्यक्षमतेमुळे पेशींना कार्य

करण्यासाठी ग्लुकोजच्या अभावामुळे ऊर्जा उत्पन्न करता येत नाही व त्यामुळे रुग्णाला अत्यंत थकवा जाणवतो.

५. **जखम लवकर बरी न होणे**
वाढलेल्या रक्तशर्करेमुळे रोगजंतूंचा नायनाट करणाऱ्या पांढऱ्या रक्तपेशींचे कार्य प्रभावीपणे होत नाही, तसेच रक्तवाहिन्यांना झालेल्या इजेमुळे रक्तपुरवठा नीट होत नाही व अशा प्रकारे जखम लवकर बरी न होता ती चिघळण्याची शक्यता वाढते.

६. **जंतूसंसर्ग**
रुग्णांची रोगप्रतिकारक शक्ती कमी झाल्यामुळे वारंवार जंतूसंसर्ग होतो व याची बाधा मुख्यत्वे त्वचा, दात, मूत्रसंस्था व गुप्तांग यांना होते.

७. **दृष्टी धूसर होणे**
अकाली मोतीबिंदू किंवा नेत्रपटलावरील रक्तवाहिन्यांना इजा झाल्यामुळे दृष्टी धूसर होऊन कमी दिसू लागते.

लक्षणांच्या आधारे टाईप १-२ प्रकारच्या मधुमेहींना कसे ओळखावे?

फक्त लक्षणांच्या आधारे टाईप १-२ प्रकारच्या मधुमेहींना ओळखणे कठीण जाते. परंतु तरीदेखील खालील लक्षणे या बाबतीत उपयोगी ठरतात.

- टाईप २चे इन्शुलिन अनावलंबी मधुमेही बहुतेक वेळा लठ्ठ असतात.
- वारंवार लघवी होणे, खूप तहान लागणे, खूप भूक लागणे व वजन अचानक खूप कमी होणे या प्रकारची लक्षणे अचानक आल्यास टाईप १ इन्शुलिन अवलंबी मधुमेहाची शक्यता जास्त असते.
- अंगाने कृश व्यक्ती व लघवीत किटोन्सची टेस्ट पॉझिटिव्ह असल्यास टाईप १ मधुमेही समजावे.
- स्थूल व चाळिशीच्या वरील व्यक्ती ज्यांच्यामध्ये लक्षणे नसतात किंवा अगदी हळूहळू नकळत येतात, त्यांना टाईप २ इन्शुलिन अनावलंबी मधुमेह असण्याची शक्यता जास्त असते.

क्र.	लक्षणे	टाईप १ (इन्शुलिन अवलंबी)	टाईप २ (इन्शुलिन अनावलंबी)
१.	वय	लहान मुले व तरुण वयातील व्यक्ती	मध्यम व प्रौढ वय.
२.	आजाराची वाटचाल	अचानक सुरुवात व जलद प्रवास	हळूहळू सुरुवात व सावकाश प्रवास.
३.	वजन	सामान्य किंवा कमी	सामान्य किंवा जास्त
४.	जीवनशैली	सतत धावपळीची	बैठी कामे व आरामशीर.
५.	कौटुंबिक इतिहास	बहुतांशी नसतो.	बहुतांशी असतो.
६.	औषधोपचार	तोंडावाटे घ्यायच्या गोळ्या निष्प्रभ असल्याने इन्शुलिनची इंजेक्शन्सच घ्यावी लागतात.	तोंडावाटे घ्यायच्या गोळ्यांनी नियंत्रण शक्य होते. काही वेळा इन्शुलिनची गरज पडते.
७.	मधुमेहाचे दुष्परिणाम	लवकर दिसून येतात.	बऱ्याच वर्षांच्या कालावधीनंतर दिसून येतात.

वरील लक्षणांवरून एखाद्याला मधुमेहाची शक्यता आहे का याचा अंदाज घेण्यासाठी परिशिष्टामधील 'आपणांस मधुमेहाची शक्यता आहे का?' ही प्रश्नावली पाहावी.

५. मधुमेहाचे निदान

मधुमेह हा एक गुंतागुंतीचा आजार आहे. जगभरात झालेल्या वेगवेगळ्या वैद्यकीय पाहण्यांमध्ये असे आढळून आले आहे की प्रथमावस्थेत निदान व योग्य औषधोपचार केल्यास मधुमेहामुळे होणारे दुष्परिणाम टळू शकतात. म्हणून मधुमेहाचे निदान जितके लवकर होईल तितके रुग्णाच्या भविष्याच्या दृष्टीने हितावह.

आपल्या देशात साधारण ९५ टक्के मधुमेहींना टाईप २ किंवा इन्शुलिन अनावलंबी प्रकारचा मधुमेह असतो. म्हणजेच इन्शुलिनशिवाय तो आटोक्यात येऊ शकतो आणि प्रथमावस्थेत निदान झाल्यास फक्त आहार, व्यायाम व मानसिक तणावाचे नियोजन यांच्या साहाय्याने तो कित्येक वर्षे टाळता येतो. मागे उल्लेख केल्याप्रमाणे मधुमेहाची लक्षणे इतकी साधी व सर्वांच्या माहितीची आहेत की बऱ्याच मधुमेहींना याची चाहूल लागली तरी त्याच्यामुळे विशेष असा त्रास होत नसल्याने व दिनचर्या बदलावी लागत नसल्याने रुग्ण त्याच्याकडे कानाडोळा करून स्वतःचीच फसवणूक व नुकसान करून घेतात. 'आपल्याला मधुमेह निघाला तर काय होईल' या फक्त विचारानेच हे रुग्ण गर्भगळित होतात व तपासणी करण्याचे टाळतात. परंतु लवकरात लवकर निदान हे शाप नसून वरदान आहे हे त्यांना पटत नाही. अशा व्यक्तींना कालांतराने मधुमेहामुळे होणाऱ्या दुष्परिणामांना तोंड द्यावे लागते व कित्येक वेळा अचानक हॉस्पिटलमध्ये दाखल व्हावे लागते.

दुसरे म्हणजे बऱ्याच वेळा काही लक्षणे नसतानादेखील बऱ्याच वर्षांपर्यंत मधुमेह आपल्या शरीरात सुप्तावस्थेत असतो. नोकरीच्या निमित्ताने, शस्त्रक्रियेपूर्वी किंवा अचानक शिबिरात केल्या गेलेल्या तपासणीत मधुमेहाचे निदान केले जाते व ध्यानीमनी नसताना झालेल्या या निदानावर रुग्णाचा व त्याच्या नातेवाईकांचा

विश्वासच बसत नाही. कालांतराने पुन्हा तपासणी करून खात्री केली जाते.

असा हा अनाकलनीय मधुमेह कोणत्याही रूपात प्रथमदर्शन देऊ शकतो. परंतु प्राथमिक अवस्थेतच निदान झाल्यास त्वरित योग्य औषधोपचाराने पुढे रक्तवाहिन्या, मज्जातंतू, हृदय, मेंदू, मूत्रपिंड, डोळा अशा महत्त्वाच्या इंद्रियांची या मधुमेहामुळे होणारी दुर्दशा टाळता येऊ शकते. म्हणून खालील प्रसंगी target व्यक्तींनी मधुमेहासाठी तपासणी करून घेणे फायद्याचे ठरते.

कोणकोणत्या व्यक्तींनी मधुमेहासाठी रक्ततपासणी करावी?

१. खूप तहान व भूक लागणे, वारंवार लघवी होणे, अतिशय थकवा येणे ही प्रमुख लक्षणे किंवा आधी सांगितल्याप्रमाणे मधुमेहाची इतर काही लक्षणे असल्यास.
२. आनुवंशिकता – मधुमेहाचा कौटुंबिक इतिहास असल्यास.
३. स्थूलपणा/लठ्ठपणा – कटी-नितंब प्रमाण ०.८५पेक्षा जास्त असलेल्या व्यक्तींनी.
४. हृदयविकार व उच्च रक्तदाबाच्या रुग्णांनी.
५. लिपिड प्रोफाईलमध्ये दोष आढळल्यास.
६. सर्व गरोदर स्त्रियांनी, विशेषतः ज्या बायकांना वारंवार गर्भपात होतो, गर्भ नीट वाढत नाही किंवा पहिल्या वेळेस जास्त वजनाचे बाळ झाल्यास अशा स्त्रियांनी.
७. कोणत्याही आजारासाठी प्रदीर्घ काळ औषधे सुरू असल्यास.
८. वयाच्या तीस वर्षांनंतर प्रत्येक व्यक्तीने वर्षातून एकदा मधुमेहासाठी रक्ततपासणी करून घ्यावी.

मधुमेहाचे निदान कसे करावे?

मधुमेहाच्या निदानासाठी सर्वात साधी,सोपी व सोयीस्कर चाचणी म्हणजे रक्तशर्करा तपासणी करून घेणे.

आदल्या दिवशी रात्री नेहमीसारखे भोजन करावे.

सकाळी उठून काहीही न खाता-पिता, (पाणी चालते) रक्त तपासणीसाठी द्यावे.

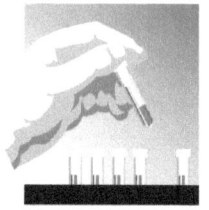

पहिले सँपल घेतल्यावर ७५ ग्रॅम ग्लुकोज १ ग्लास पाण्यात मिसळून ते प्यायल्यानंतर २ तासांनी परत एकदा रक्त तपासण्यासाठी द्यावे.

उपाशीपोटी रक्तशर्करा १२६ मिग्रॅ.% पेक्षा जास्त व ग्लुकोज घेतल्यानंतर दोन तासांनी २०० मिग्रॅ.% पेक्षा जास्त असल्यास त्या व्यक्तीला मधुमेह आहे असे निश्चित समजावे.

निरोगी माणसाच्या शरीरात रक्तातील ग्लुकोजचे प्रमाण किती असते? मधुमेहींमध्ये याची मर्यादा किती?

मधुमेह नसलेल्या निरोगी व्यक्तीमध्ये रक्तातील साखरेचे प्रमाण हे उपाशीपोटी ११० मिग्रॅ.% पेक्षा कमी तर जेवणानंतर २ तासांनी घेतलेल्या रक्तातील साखरेचे प्रमाण १४० मिग्रॅ.% पेक्षा कमी असते.

ज्या व्यक्तींची उपाशीपोटी रक्तशर्करा ११० ते १२६ मिग्रॅ.% किंवा जेवणानंतर २ तासांनी १४० ते २०० मिग्रॅ.% या मर्यादेत असेल त्यांना borderline diabetes (Impaired Glucose Metabolism : IGM) आहे असे म्हटले जाते. हे लोक प्रत्यक्ष मधुमेही नसले तरी त्यांना भविष्यात मधुमेह होण्याची शक्यता जास्त असते.

रक्तशर्करा	निरोगी व्यक्ती	बॉर्डर लाईन केसेस	घोषित मधुमेही
उपाशीपोटी (F)	<११० मिग्रॅ.%	११०-१२६ मिग्रॅ.%	>१२६ मिग्रॅ.%
जेवल्यानंतर (PP)	<१४० मिग्रॅ.%	१४०-२०० मिग्रॅ.%	>२०० मिग्रॅ.%

उपाशीपोटी व ग्लुकोजनंतर अशा दोन्ही चाचण्या करणे आवश्यक आहे का?

होय. मधुमेहाच्या निदानासाठी उपाशीपोटी व ७५ ग्रॅम ग्लुकोज घेऊन नंतर २ तासांनी अशा दोन्ही चाचण्या करणे आवश्यक आहे. पण जर काही कारणाने दोन्ही तपासण्या शक्य नसल्यास, ग्लुकोज घेतल्यानंतर २ तासांनी करावयाची तपासणी जरूर करावी कारण अगदी सुरुवातीच्या काळात उपाशी पोटीचा रिपोर्ट नॉर्मल येऊ शकतो, परंतु ग्लुकोजनंतर  रक्तशर्करा वाढलेली आढळते. या तपासणीत जर विपरीत निष्कर्ष आला तर मग उपाशीपोटी देखील रक्त तपासून घ्यावे.

ग्लुकोज टॉलरन्स टेस्ट (GTT) म्हणजे काय?

GTT ही मधुमेहाच्या निदानासाठी केली जाणारी एक विशिष्ट टेस्ट आहे. जेव्हा नेहमीच्या तपासण्यांनी मधुमेहाचे निश्चित निदान होत नाही परंतु तरीही मधुमेहाची दाट शक्यता वाटते अशा वेळी (मुख्यत्वे बॉर्डरलाईन केसेससाठी) Glucose Tolerance Test ही तपासणी केली जाते.

या तपासणीत सकाळी उपाशीपोटीचे रक्त घेतल्यानंतर ७५ ग्रॅम ग्लुकोज पाण्यात मिसळून प्यायला देतात. त्यानंतर दर अर्ध्या तासांनी रक्त-लघवी तपासणीसाठी घेतली जाते. एकूण ५ वेळा सँपल्स घ्यावे लागतात. सध्या काही ठिकाणी अर्ध्या तासाऐवजी १ तासाच्या अंतराने ३ तासांपर्यंत रक्त-लघवी तपासणीसाठी घेतात. या सर्व सँपल्सच्या रिपोर्ट्सवरून मधुमेहाचे नक्की निदान केले जाते. यामधील कोणत्याही एका सँपलमध्ये रक्तशर्करा १४० मिग्रॅ.%पेक्षा जास्त असल्यास हे प्रमाण ॲबनॉर्मल असल्याचे समजून पुन्हा काही दिवसांच्या अंतराने तपासणी करावी लागते.

फक्त लघवीच्या तपासणीने मधुमेहाचे निदान होऊ शकते का?

नाही. एखाद्या व्यक्तीच्या लघवीत साखर आढळल्यास मधुमेह असल्याचे निदान करता येत नाही. जरी लघवीत साखर आढळली तरी मधुमेहाचे निदान पक्के करण्यासाठी रक्ताची तपासणी करणे अत्यंत आवश्यक आहे.

दुसरी महत्त्वाची गोष्ट म्हणजे जर युरिन टेस्ट निगेटिव्ह असेल (लघवीत साखर आढळली नाही) तरीही एखाद्या व्यक्तीला मधुमेह असू शकतो. म्हणून रक्ततपासणीच्या निष्कर्षावरूनच मधुमेहाचे निदान नक्की करावे.

रक्तामधील ग्लुकोजची पातळी एका विशिष्ट मर्यादेपेक्षा वर गेल्यास लघवीत साखरेची चाचणी पॉझिटिव्ह येते. या पातळीला ग्लुकोज धारण क्षमता (renal threshold) असे म्हणतात. सामान्यत: बहुतांशी लोकांमध्ये हा आकडा १८० मिग्रॅ.% इतका असतो. म्हणजेच रक्तातील साखर १८० मिग्रॅ.% पेक्षा जास्त झाल्यास लघवीतून साखर बाहेर पडते, परंतु काही व्यक्तींमध्ये रिनल थ्रेशहोल्ड १८० मिग्रॅ.% पेक्षा बराच जास्त असल्यास रक्तशर्करा वाढली तरी त्यांच्या लघवीत साखर आढळून येत नाही.

(सूचना – लघवी तपासणीसाठी लागणारी बाटली ही शक्यतो पॅथॉलॉजिस्ट कडूनच घ्यावी. कित्येक वेळा लहान मुलांच्या औषधाच्या रिकाम्या बाटलीत लघवी घेतल्यास चुकीचा रिपोर्ट येण्याची शक्यता असते कारण लहान मुलांची बहुतेक औषधे गोड असतात.)

रिनल ग्लायकोसुरिया म्हणजे काय?

सामान्यपणे मधुमेह नसलेल्या निरोगी व्यक्तींच्या लघवीत साखर अजिबात नसते. रक्तातील साखरेचे प्रमाण नॉर्मल असतानादेखील जर लघवीमध्ये साखरेचा अंश आढळल्यास त्याला रिनल ग्लायकोसुरिया असे म्हणतात. या निरोगी व्यक्तींना मधुमेहाच्या औषधोपचाराची गरज नाही. (कारण अशा व्यक्तींचा renal threshold कमी असल्याने लघवीत साखर आढळते.) काही वेळा

अशा व्यक्तींना फक्त लघवीच्या तपासणीवरून मधुमेहाचे निदान करून औषधे दिली जातात व त्यामुळे त्यांना हायपोग्लायसेमियाचा (रक्तातील साखर खूप कमी होणे) त्रास होऊ शकतो.

रक्तातील साखरेचे प्रमाण वाढलेले असताना देखील लघवीच्या तपासणीत साखर नाही. असे होऊ शकते का?

बहुतांश व्यक्तींमध्ये शरीरातील रक्तशर्करा पातळी एका विशिष्ट मर्यादेपेक्षा (180 mg %) जास्त वाढली तरच ती साखर, लघवीवाटे बाहेर पडते. परंतु काही व्यक्तीमध्ये मधुमेहाचा कालावधी जसजसा वाढत जाईल तसतशी मूत्रपिंडाची कार्यक्षमता कमी कमी होत जाते व रक्तातील साखर बाहेर टाकण्याची क्षमताही कमी होते. अशावेळी रक्तशर्करा मर्यादेबाहेर गेली तरीही लघवीच्या तपासणीत साखर आढळत नाही.

मधुमेहाच्या निदानासाठी किती किती अंतराच्या काळाने तपासणी करावी?

पूर्वी असे मानले जात असे की, चाळिशीनंतर ३ वर्षांतून एकदा प्रत्येक प्रौढ व्यक्तीने मधुमेहासाठी रक्ततपासणी करून घ्यावी. परंतु एखाद्याकडे मधुमेहाचा कौटुंबिक इतिहास असल्यास अशा कुंटुबात प्रत्येकाने वयाच्या तिशीनंतर तपासणीला सुरुवात करावी. तसेच सध्याच्या धकाधकीच्या व ताणतणावाच्या यंत्रयुगात मधुमेह हा एखादा साथीसारखा पसरत असल्यामुळे व भारताला मधुमेहाची जागतिक राजधानी होण्याचे भाग्य (?) लाभल्यामुळे माझ्या मते तिशीनंतरच प्रत्येक व्यक्तीने वर्षातून एकदा रक्ततपासणी करून मनातील शंका काढून टाकावी.

मधुमेहासाठी रक्ततपासणी करावयाच्या दिवशी सकाळी पाणी व नियमित घेतली जाणारी औषधे घ्यावी का?

होय. उपाशीपोटी तपासणीपूर्वी पाणी प्यायल्यास चालते कारण पाण्यामुळे काहीच उष्मांक मिळत नाहीत व रक्ततपासणीत काहीही बाधा येत नाही. तसेच नियमितपणे घेतल्या जाणाऱ्या इतर औषधांचा डोसही नेहमीप्रमाणेच घ्यावा.

तपासणीच्या दिवशी मधुमेही व्यक्तीने जास्त खावे किंवा कमी?

तपासणीच्या आदल्या दिवशी व तपासणीच्या दिवशी मधुमेही व्यक्तीने नेहमीप्रमाणेच भोजन करावे. काही जण रिपोर्ट नॉर्मल यावा म्हणून मुद्दाम कमी

खातात, तर काही जण आपली साखर जास्तीत जास्त किती वाढते हे पाहण्यासाठी मेजवानीचा बेत करून ताव मारतात. या दोन्ही गोष्टी चूक आहेत. कारण तपासणीच्या निष्कर्षावरूनच आपण घेत असलेल्या औषधांचा डोस बरोबर आहे किंवा नाही हे ठरविले जाते. म्हणून खूप जास्त किंवा खूप कमी न खाता नेहमीसारखा आहार घेऊन रक्त तपासणी करावी.

ग्लायकोसिलेटेड हिमोग्लोबिन म्हणजे काय? ही तपासणी कशासाठी करतात?

आपल्या रक्तातील लाल पेशींमध्ये हिमोग्लोबिन नावाचे द्रव्य असते ज्यामुळे रक्ताला लाल रंग येतो. याचे कार्य म्हणजे शरीरातील प्रत्येक पेशीला प्राणवायूचा पुरवठा करणे. एकूण हिमोग्लोबिनपैकी काही अंश हा रक्तातील ग्लुकोजशी संयोग पावतो. याला ग्लायकोसिलेटेड हिमोग्लोबिन किंवा ग्लायकोहिमोग्लोबिन (HbA_1C) असे म्हणतात. मधुमेहासाठी सामान्यपणे केल्या जाणाऱ्या रक्ततपासणीमुळे (fasting & postmeal blood sugar) एखाद्या दिवसाची रक्तशर्करा आपल्याला कळू शकते, परंतु दीर्घकालीन नियंत्रणाबद्दल कल्पना येत नाही.  काही वेळा उपवास केल्याने किंवा न जेवल्याने रक्तातील साखर कमी होते तर कधीकधी अधिक जेवल्याने किंवा औषधाचा डोस विसरल्याने ती जास्त होते. म्हणून गेल्या ३-४ महिन्यांत रक्तातील रक्तशर्करेची स्थिती काय होती हे ठरविण्यासाठी ग्लायकोहिमोग्लोबिन तपासणीचा उपयोग होतो.

रक्तातील तांबड्या पेशींचे आयुर्मान साधारणपणे ३ महिने असते. एकदा ग्लुकोजचा हिमोग्लोबिनशी संयोग होऊन $HbA1C$ तयार झाले की लाल रक्तपेशींच्या संपूर्ण जीवनकाळात म्हणजेच साधारण ३ महिन्यांपर्यंत ते पेशींच्या आतमध्येच राहते. जुन्या पेशी आपला जीवनकाळ संपवून हळूहळू संपत जातात तर नवीन पेशी त्यांच्या जागी सतत तयार होत असतात. त्यामुळे या तपासणीद्वारे साधारणतः मागील ३ ते ४ महिन्यांतील सरासरी रक्तशर्करेचा अंदाज लावता येतो व पर्यायाने रक्तातील साखरेच्या नियंत्रणाबद्दल कल्पना येते. जसजशी रक्तातील साखर वाढत जाते तसतसे या ग्लायकोहिमोग्लोबिनचे प्रमाणही वाढत जाते. सामान्य निरोगी व्यक्तीच्या शरीरात याचे प्रमाण साधारण ६ टक्क्यांपेक्षा कमी असते. ग्लायकोहिमोग्लोबिन ७ टक्क्यांपेक्षा कमी असल्यास ब्लड शुगर कंट्रोल चांगला असल्याचे समजावे. हा आकडा ८ टक्क्यांपेक्षा जास्त झाल्यास मधुमेहामुळे होणाऱ्या गुंतागुंतीची शक्यता

वाढते.

ही तपासणी उपाशीपोटी किंवा जेवल्यानंतर किंवा दिवसभरात कोणत्याही वेळी करता येते. दीर्घकालीन नियंत्रण पाहण्यासाठी दर ३ महिन्यांतून एकदा केल्यास हितावह. नवीन मधुमेहीचे निदान करण्यासाठी या तपासणीचा उपयोग करू नये. त्यासाठी रक्तातील साखरेचे प्रमाण मोजणे जास्त योग्य होय.

ग्लायकोसिलेटेड हिमोग्लोबिनवरून मधुमेहाचे योग्य नियंत्रण कसे ठरवावे?

HbA_1C	निष्कर्ष
५.३% पेक्षा कमी	हायपोग्लायसेमियाची शक्यता.
५.४% ते ५.७%	खूप कडक नियंत्रण, परंतु हायपोग्लायसेमिया होणार नाही याची काळजी घ्यावी.
५.८% ते ७.२%	मधुमेहाचे आदर्श नियंत्रण.
७.३% ते ८.०%	नियंत्रण वाढविण्यासाठी थोडासा बदल आवश्यक.
८% पेक्षा जास्त	मधुमेह नियंत्रण आटोक्याबाहेर. गुंतागुंतीची/दुष्परिणामांची शक्यता जास्त.

HbA_1C व मिग्रॅ% (सरासरी रक्तशर्करा पातळी) यांचा संबंध

HbA_1C	सरासरी रक्तशर्करा पातळी मिग्रॅ%	HbA_1C	सरासरी रक्तशर्करा पातळी मिग्रॅ%
५.१३	७२	७.२२	१६४
५.२१	७६	७.३१	१६७
५.३०	७९	७.६४	१८२
५.४६	८७	८.०६	२००
५.७२	९८	८.४०	२१५
५.८०	१०१	९.०७	२४४
६.०५	११२	९.४०	२५९
६.३०	१२३	९.८२	२७७
६.५५	१३४	१०.०७	२८८

उपाशीपोटी व जेवणानंतर अशा दोन्ही रक्ततपासणीत ब्लडशुगर रिपोर्ट नॉर्मल असून देखील HbA1C वाढलेले असू शकते का? असल्यास

त्यासाठी काय करावे?

जेव्हा आपण उपाशीपोटी व जेवल्यानंतर अशी २ वेळा एकाच दिवशी रक्तशर्करा तपासणी करतो त्यामुळे आपल्याला त्या एका विशिष्ट दिवसाची रक्तशर्करा पातळी समजते. परंतु HbA1C ही तपासणी मागील ३ महिन्याची सरासरी रक्तशर्करा पातळी दर्शविते. म्हणूनच एखाद्या दिवशीचे ब्लडशुगर नॉर्मल परंतु HbA1C वाढलेले असेल तर याचा अर्थ मागील २-३ महिन्यांमध्ये रक्तशर्करा नियंत्रणाबाहेर गेलेली होती. त्याकरिता आहारात आवश्यक ते बदल, नियमित व्यायाम व डॉक्टरांच्या सल्ल्याने औषधोपचार सुरू ठेवून पुन्हा १ महिन्याने HbA1C तपासणी करावी व आवश्यकता वाटल्यास वैद्यकीय सल्ल्याने औषधांचा डोस वाढवावा.

किटोन्स टेस्ट केव्हा व कशासाठी करतात?

इन्शुलिनच्या अकार्यक्षमतेमुळे काही वेळा ऊर्जा उत्पन्न करण्यासाठी मधुमेहीच्या शरीरात ग्लुकोज ऐवजी चरबीचे ज्वलन होते. याचे उप-उत्पादन (by product) म्हणून किटोन्स (रक्ताम्ले) तयार होऊन ती लघवीवाटे उत्सर्जित होतात. किटोन्स तपासण्यासाठी Dipstick पट्ट्या उपलब्ध असतात. लघवीतील साखर ज्याप्रमाणे तपासली जाते त्याच पद्धतीने किटोन्सदेखील तपासले जातात.

आजारीपणात किंवा इतर एखाद्या कारणाने रक्तशर्करा खूप वाढल्यास, तसेच गरोदरपणामध्ये देखील ही टेस्ट जरूर करावी. या चाचणीमधे किटोन्स आढळल्यास त्वरित डॉक्टरांना भेटावे कारण यांचे रक्तातील प्रमाण खूप वाढत गेल्यास गुंतागुंत होऊन रुग्ण बेशुद्ध होण्याचा संभव असतो.

मधुमेहाचे निदान झाल्यानंतर नियमित रक्ततपासणी कशी करावी?

ज्या मधुमेहींची रक्तशर्करा आटोक्यात आहे त्यांनी ती तशीच नियंत्रणात राहावी म्हणून खालील गोष्टी लक्षात ठेवाव्या.

१. महिन्यातून एकदा उपाशीपोटी व जेवल्यानंतर २ तासांनी रक्ततपासणी करावी.
२. आदल्या दिवशी रात्री नेहमीप्रमाणे साधे भोजन करावे.
३. तपासणीच्या दिवशी सकाळी काहीही न खाता-पिता रक्ततपासणीसाठी जावे. (पाणी चालते.)
४. सकाळी उपाशीपोटीचे रक्त देऊन आल्यावर नेहमीच्या वेळेवर औषध घेऊन शक्यतो नेहमीच्याच वेळेवर रोजच्यासारखे भोजन करावे.
५. जेवल्यानंतर २ तासांनी तपासणीसाठी रक्त द्यावे.

६. काही कारणाने औषध, गोळ्या/इंजेक्शन घेण्याचा विसर पडल्यास त्या दिवशी रक्ततपासणी करू नये.

नेहमीपेक्षा जास्त वेळा रक्ततपासणीची आवश्यकता केव्हा असते?

काही परिस्थितीत रक्ततपासणी जास्त वेळा करण्याची गरज भासते. त्या अशा :

१. आजारीपणात किंवा शस्त्रक्रियेच्या वेळी.
२. गरोदरपणात.
३. रक्तशर्करेची पातळी सारखी कमी-जास्त होत असल्यास.
४. (कामाच्या किंवा जेवण्याच्या वेळात) दिनचर्येत बदल झाल्यास.
५. दुसऱ्या काही आजारांसाठी स्टिरॉइड्ससारखी औषधे सुरू असल्यास. योग्य नियंत्रण होईपर्यंत आठवड्यातून एकदा किंवा काही वेळा रोजही रक्त-तपासणी करण्याची आवश्यकता पडते.

मधुमेहाचे निदान झाल्यानंतर पहिल्या वेळी आणखी कोणत्या तपासण्या करणे आवश्यक आहे?

१. सी.बी.सी., ई.एस.आर. (CBC, ESR)
२. लिपिड प्रोफाईल (Lipid Profile)
३. ब्लड युरिया (Blood Urea)
४. सिरम क्रिॲटिनिन (Serum Creatinine)
५. ग्लायकोसिलेटेड हिमोग्लोबिन (HbA_1C)
६. लघवीची संपूर्ण तपासणी
७. मायक्रोअल्ब्युमिन्युरिया टेस्ट (Micro albuminuria test)
८. ई.सी.जी. – कार्डिओग्राम – हृदयाचा विद्युत आलेख (ECG)
९. डोळ्यांची संपूर्ण तपासणी.

साधारणपणे वर्षातून एकदा मधुमेही व्यक्तीने या सर्व तपासण्या करून घ्याव्या म्हणजे मधुमेहामुळे काही दुष्परिणाम होत असल्यास वेळीच लक्षात येईल व पुढील गुंतागुंती टाळता येतील.

मधुमेहामध्ये आदर्श नियंत्रण (Optimal Control) कसे ठरवावे?

यासाठी परिशिष्ट २ पाहावे.

■

६. उपचार प्रणाली

पहिल्यांदा जेव्हा मधुमेहाच्या निदानाविषयी सांगितले जाते त्या वेळी मनुष्य अगदी खचून जातो. आता आपल्या आयुष्यातील सगळे काही संपलेच अशी नैराश्याची भावना त्याच्या मनात डोकावते व जीवनातील रस निघून जातो. मधुमेहाचे निदान झाल्याबरोबर तो पूर्णपणे बरा करणाऱ्या अनेक जादूगारांचे पत्ते त्याच्याकडे न मागता पोहोचतात. आपल्यावर आता मोठे संकट कोसळले असून युद्धपातळीवर आपण त्याला कसे सामोरे जायचे याबद्दल फुकटचा सल्ला देणारी अनेक मंडळी भेटतात. परंतु चाळिशीनंतर आपण जसा चष्म्याचा स्वीकार करतो तितक्याच सहजतेने मधुमेहाच्या निदानाचा स्वीकार केल्यास घाबरण्याचे काही कारण नाही. तसेच दर वर्षी नियमित तपासणी केल्यास अगदी सुरुवातीच्या काळातच म्हणजे काहीही लक्षणे नसतानाही चोरपावलांनी येणाऱ्या या पाहुण्याला पकडता येते व त्याची चाहूल लागल्याबरोबरच थोड्याशा प्रयत्नांनी त्याला दूरही ठेवता येते. मधुमेहाची उपचार प्रणाली इतकी सरळ, सोपी व सुटसुटीत आहे की या ठिकाणी दिलेल्या पंचसूत्री उपचार पद्धतीचा अवलंब केल्यास मधुमेह एक शत्रू न वाटता नक्कीच त्याच्याशी मैत्री होईल. पंचसूत्री उपचार पद्धती अगदी सोपी असली तरी त्याबद्दल अनेक शंका-कुशंका मधुमेहींच्या मनात थैमान घालीत असतात. चला तर, आपण त्याचेही निरसन करण्याचा प्रयत्न करू या.

मधुमेहाच्या उपचार पद्धतीतील पंचसूत्री म्हणजे काय?

१. संतुलित आहार : कमी स्निग्धांश असलेला व तंतुमय पदार्थ जास्त असलेला शाकाहारी आहार.

२. नियमित व्यायाम
३. औषधोपचार (गोळ्या किंवा इन्शुलिन)
४. नियमित वैद्यकीय तपासणी
५. मानसिक तणावाचे नियोजन :
- वैयक्तिक संबंधांत सुधारणा.
- धूम्रपान व मद्यपान यांसारखी व्यसने वर्ज्य.
- रागावर नियंत्रण.
- योगाभ्यास.

यांतील आहार संतुलन व व्यायाम ही उपचार पद्धतीतील पहिली पायरी होय. मधुमेहाचे निदान प्रथमावस्थेत झाल्यास फक्त आहार व व्यायामाने तो पूर्णपणे आटोक्यात येऊ शकतो. याबरोबरच जीवनशैलीतील बदल व मानसिक ताणतणावाचे नियोजन हे मधुमेहाच्या नियंत्रणासाठी अतिशय आवश्यक आहे. महिनाभर प्रयत्न करूनही ब्लडशुगर कंट्रोलमध्ये न आल्यास औषधोपचार सुरू करावा.

मात्र निदानाच्या वेळी रक्तशर्करेची पातळी खूप जास्त असल्यास त्वरित औषधोपचार सुरू करण्याची गरज असते.

मधुमेहाला नियंत्रणात ठेवण्याचा उत्तम मार्ग कोणता?

ब्लडग्लुकोजची पातळी नेहमी मर्यादेत ठेवून मधुमेह नियंत्रणात ठेवण्याचा उत्तम मार्ग म्हणजे जीवनशैलीतील बदल. आपली जीवनशैली कशी असावी याबद्दल आपल्या प्राचीन ग्रंथांमध्येसुद्धा सांगितले गेले आहे.

युक्ताहारविहारस्य युक्तचेष्टस्य कर्मसु ।
युक्तस्वप्नावबोधस्य योगो भवति दुःखहा ॥

या गीतेतील सहाव्या अध्यायातील श्लोकात सुचविलेली जीवनशैली अंगीकारल्यास मधुमेहापासून बऱ्याच प्रमाणात बचाव करता येईल.

उपचार प्रणाली	अपेक्षित परिणाम
१. संतुलित आहार	वजन नियंत्रण रक्तशर्करा पातळीचे नियंत्रण लिपिड प्रोफाईलचे नियंत्रण औषधांचा डोस कमी करणे.

२. नियमित व्यायाम	वजन नियंत्रण
	रक्तशर्करा पातळीचे नियंत्रण
	लिपिड प्रोफाईलचे नियंत्रण
	औषधांच्या संवेदनशीलतेत वाढ
३. तोंडावाटे घ्यायची औषधे	रक्तशर्करेचे नियंत्रण
४. इन्शुलिन इंजेक्शन्स	रक्तशर्करा कमी करून नियंत्रण ठेवणे.

वजन आटोक्यात आणल्याने टाईप २च्या मधुमेहींना कशा प्रकारे फायदा होतो?

शरीरातील चरबीचे प्रमाण वाढले तर इन्शुलिन संवेदकांची संख्या कमी होऊन रक्तशर्करेची पातळी वाढते. वजन कमी केल्यास याच्या उलट परिणाम होऊन मधुमेह नियंत्रणात मदत होते. वजन कमी झाल्याने व नियमित व्यायामाने काही मधुमेहींची रक्तशर्करा सामान्य पातळीत येते व मधुमेह पूर्ण बरा झाला असा रुग्णाचा समज होऊ शकतो. परंतु कालांतराने इन्शुलिनचे प्रमाण किंवा कार्यक्षमता कमी झाल्यास पुन्हा रक्तशर्करेच्या पातळीत वाढ होऊ शकते. म्हणून वरील उपायांनी रक्तशर्करेची पातळी काही काळ सामान्य राहिली तरी डायबेटिस पूर्णपणे ठीक झाला असे समजू नये व नियमितपणे वैद्यकीय तपासणी सुरू ठेवावी.

औषधांशिवाय मधुमेहाचा इलाज होऊ शकतो का?

इन्शुलिन अवलंबी किंवा टाईप १च्या मधुमेहींना इन्शुलिन इंजेक्शन्स घेणे अनिवार्य असते. इन्शुलिन अनावलंबी किंवा टाईप २ मधुमेहींमध्ये मात्र सुरुवातीच्या काळात आहार नियंत्रण, नियमित व्यायाम व आदर्श वजन यांच्या साहाय्याने रक्तशर्करा कमी होऊन मधुमेहास आटोक्यात ठेवणे शक्य होते. परंतु कालांतराने हे उपाय परिणामकारक न ठरल्यास औषधांची मदत घ्यावीच लागते.

मधुमेह पूर्णपणे बरा होऊ शकतो का?

नाही. अजूनपर्यंत तरी मधुमेहावर रामबाण उपाय सापडलेला नाही. ॲलोपॅथी किंवा इतर कोणत्याही वैकल्पिक चिकित्सा पद्धतींद्वारे हा रोग पूर्णपणे बरा होऊ शकत नाही, तर व्यवस्थित नियोजनामुळे तो आटोक्यात राहू शकतो.

अधूनमधून वर्तमानपत्रात किंवा इतर ठिकाणी बुवाबाजी करणारे लोक मधुमेह पूर्णपणे बरा करण्याचा दावा करतात.

परंतु मधुमेहींनी यावर विश्वास ठेवून तज्ज्ञांच्या सल्ल्याशिवाय औषधोपचार थांबवू नयेत. औषधाने रक्तशर्करा नॉर्मल आली याचा अर्थ 'मधुमेह पूर्णपणे बरा झाला असून आता औषधाची गरज नाही' असा नाही. बरेचसे मधुमेही त्रास थांबला की औषधोपचार थांबवतात व त्यामुळे रक्तातील ग्लुकोजचे प्रमाण वाढून पुढे अनेक दुष्परिणामांना तोंड द्यावे लागते. कित्येक रुग्णांना मधुमेहाची कुठलीही लक्षणे नसतात. अशा व्यक्तीदेखील नियमित रक्ततपासणी व औषधोपचाराकडे दुर्लक्ष करतात व त्यामुळे भविष्यात गुंतागुंती निर्माण होतात. काही वेळा अचानक हॉस्पिटलमध्ये दाखल होण्याची वेळदेखील येऊ शकते.

मधुमेहाचा औषधोपचार किती दिवस सुरू ठेवावा?

'एकदा मधुमेहाचे निदान झाले की आता तो आपला आयुष्यभराचा सांगाती' हे विधान नेहमी लक्षात असू द्यावे. फक्त गरोदरपणातील मधुमेह हा प्रसूतीनंतर औषधाविना आटोक्यात येतो. परंतु या महिलांनाही भविष्यात प्रौढ वयात मधुमेह होण्याची शक्यता जास्त असते.

नियमित वैद्यकीय तपासणीशिवाय आणखी कोणत्या प्रसंगी डॉक्टरांचा सल्ला घेण्याची आवश्यकता भासते?

१. घरी स्वयंनियंत्रणात रक्तशर्करेची पातळी वारंवार कमीजास्त होत असल्यास.
२. अपेक्षित पातळीपेक्षा रक्तशर्करा पातळी सतत जास्त असल्यास.
३. आहार आणि व्यायामाच्या बाबतीत दैनंदिन दिनचर्येत बदल झाल्यास.
४. अचानक मानसिक ताणतणाव वाढल्यास.
५. औषधे कशी घ्यावी याबद्दल मनात शंका असल्यास.
६. एखादी जखम लवकर बरी होत नसल्यास.
७. मधुमेहाशी संबधित इतर दुष्परिणामांची लक्षणे आढळल्यास.

नियमित ठरविलेल्या भेटीपेक्षा अधिक वेळा आपल्या डॉक्टरांना भेटून त्यांचा सल्ला घ्यावा.

मधुमेहाच्या उपचार प्रणालीत बहुतांशी लोक कोणत्या गोष्टींकडे दुर्लक्ष करतात?

१. मधुमेहाचे निदान झाल्यानंतर आहार व व्यायामाच्या बाबतीत जीवनशैलीत आवश्यक ते बदल न करणे.
२. आहार, व्यायाम व तोंडावाटे घ्यायच्या गोळ्या या पहिल्या तीन सूत्रींनी रक्तशर्करा आटोक्यात आली नाही तरीही अट्टाहासाने इन्शुलिनचा

वापर टाळणे.

३. टाईप १ इन्शुलिन अवलंबी रुग्णांनी घरच्या घरी वेळोवेळी स्वयंनियंत्रण न करणे.

४. मधुमेहामुळे उद्भवणाऱ्या दीर्घकालीन समस्या टाळण्यासाठी नियमितपणे डोळ्यांची, मूत्रपिंड विकाराची किंवा हृदयाची तपासणी न करणे.

मधुमेही व्यक्तीच्या आपल्या व्याधीकडे दुर्लक्ष करण्याच्या स्वभावामुळे डॉक्टरांचीही रुग्णाबद्दलची आत्मीयता कमी होते.

मधुमेही व्यक्तीने डॉक्टरांना आपल्या आजाराविषयी कोणती माहिती विचारणे आवश्यक आहे?

१. आहारातील आवश्यक बदल.
२. रक्ततपासणी किती दिवसांच्या अंतराने करावी?
३. ग्लायकोसिलेटेड हिमोग्लोबिनचे महत्त्व काय?
४. लघवीतील मायक्रोअल्ब्युमिन्युरिया तपासणीचा फायदा काय?
५. आपला रक्तदाब किती आहे व तो योग्य आहे का?
६. स्वतःच्या लिपिड प्रोफाईलचे निष्कर्ष कसे आहेत?
७. दीर्घकालीन दुष्परिणाम टाळण्यासाठी कोणती काळजी घ्यावी?

बऱ्याच वर्षांपर्यंत मधुमेह असणाऱ्या व्यक्तींचे या व्याधीविषयी मत काय?

मधुमेहाविषयी मनात भीती न बाळगता किंवा त्याला आपला वैरी न मानता त्याच्याशी मैत्री करावी, त्याला आपला जीवनसांगाती मानावे, आपल्या प्रिय व्यक्तीसारखी त्याची काळजी घ्यावी म्हणजे जीवन अतिशय सुखकारक व यशस्वी होईल.

काही प्रसिद्ध व जीवनात यशस्वी झालेल्या मधुमेहींची मधुमेहाविषयी मते:

१. 'आपण मधुमेहावर नियंत्रण न ठेवल्यास तो आपल्यावर नियंत्रण ठेवून आपल्यावर ताबा मिळवेल'.

२. 'मला मधुमेह झाला नसता तर माझे वजन हे सतत वाढत जाऊन इतर कारणांनी मी कधीच स्वर्गात पोहोचलो असतो. माझ्या बदललेल्या स्वस्थ जीवनाचे रहस्य म्हणजे मला झालेला मधुमेह.'

३. 'माझ्या मते मधुमेह हा एक चांगला आजार आहे. तुम्ही नॉर्मल दिसता, नॉर्मल वागता व आयुष्यात नियमितपणा आल्यामुळे जास्त चांगले जीवन जगता. मला मधुमेह झाला नसता तर मी स्वतःची इतकी काळजी कधी घेतलीच नसती.'

४. 'मधुमेहामुळे माझ्या आयुष्याला कलाटणी मिळून योग्य वळण लागल्याने मधुमेहाला मी आपल्या आयुष्यातील एक शुभशकुन समजतो.'

एकंदरीत बहुतांशी यशस्वी मधुमेहींच्या मते

१. योग्य वैद्यकीय सल्ला हा मधुमेहाच्या चांगल्या नियंत्रणासाठी अतिआवश्यक आहे.

२. संतुलित व चौरस आहार व नियमित व्यायामाला मधुमेहाच्या उपचार प्रणालीत खूप महत्त्व आहे.

३. प्रत्येक व्यक्तीला मधुमेहाविषयी वैद्यकीय ज्ञान मिळाल्यास नियंत्रण सोपे होते.

४. आयुष्यात कोणत्याही क्षेत्रात यशस्वी होण्यासाठी लागणारे गुण अंगी बाळगल्यास मधुमेह नियंत्रणातदेखील त्याचा निश्चितच फायदा होतो.

५. जीवनशैलीत आवश्यक ते बदल केल्यास मधुमेह नियंत्रण किती सोपे आहे याची खात्री पटते व जीवनाकडे बघण्याचा दृष्टिकोन पूर्णपणे बदलला जाऊन पुढील आयुष्यात आगेकूच सुरू होते.

∎

७. मधुमेह – आहार संतुलन

वैद्यकीय शास्त्रामध्ये दिवसेंदिवस होणाऱ्या प्रगतीमुळे मधुमेहींचे जीवन बरेच सुसह्य व सुखकर झाले आहे असे म्हटल्यास वावगे ठरणार नाही. डॉक्टरांनी मधुमेहाचे निदान सांगितल्याबरोबर रुग्णाचा चेहरा अगदी पांढरा फटक पडतो. 'आता यापुढील आयुष्यात साखरेला शिवायचे नाही! साखर, भात, बटाटा, मिष्टान्ने बंद. बर्थडे पार्ट्या, सणसमारंभ, लग्नकार्य, मित्र-मैत्रिणींसोबत मेजवान्या, हॉटेलिंग सर्व काही बंद. आता खायचेच नाही तर जगायचे कशाला?' या प्रकारच्या अनेक नैराश्यपूर्ण विचारांनी माणूस खचतच जातो. परंतु सावधान! असे निराश होण्याचे काहीच कारण नाही.

विसाव्या शतकाच्या सुरुवातीला मधुमेही व्यक्तीच्या खाण्यापिण्यावर खूप निर्बंध होते, परंतु विज्ञानाने जेव्हा पटवून दिले की, आहारातील पिष्टमय पदार्थ, स्निग्ध पदार्थ व प्रथिने हे पचनानंतर आवश्यकतेनुसार एकमेकांत परिवर्तित होऊ शकतात, तेव्हापासून मधुमेही आहार संतुलन खूपच सुलभ झाले आहे. पिष्टमय पदार्थावरची बंदी उठून त्यांचे प्रमाण वाढले तर स्निग्ध पदार्थ कमी झाले. म्हणूनच एकंदरीत काय खावे व काय खाऊ नये, किती प्रमाणात खावे, कोणते पदार्थ टाळावेत यांबद्दल आवश्यक ती माहिती घ्यावयास हवी. योग्य ज्ञान व जोडीला पाककला असल्यास दैनंदिन आहारात रुचकर, स्वादिष्ट व मधुमेहींना योग्य असे अनेक पदार्थ बनू शकतात व पोटभर जेवल्याचे समाधानही मिळू शकते.

मधुमेही व्यक्तींसाठी घरात वेगळा स्वयंपाक करण्याची गरज नाही. निरोगी व स्वस्थ व्यक्तींसारखाच सकस, पौष्टिक व संतुलित आहार मधुमेही व्यक्तीला आवश्यक असतो.

म्हणजेच एकूण आहारातील विविध घटकांचे प्रमाण संतुलित असणे आवश्यक आहे. या दृष्टीने वरण-भात-भाजी-पोळीचा स्वयंपाक दैनंदिन जीवनात मधुमेही व्यक्तीसाठी अगदी योग्य आहे.

दिवसभरासाठी किती उष्मांक आवश्यक आहेत हे ठरविल्यानंतर ते दिवसभरात विभागून कशा प्रकारे मिळतील हे पाहणे महत्त्वाचे. सर्व उष्मांक एक किंवा दोन वेळेच्या खाण्यातून न घेता ३-४ वेळा विभागून घेणे जास्त हितावह असते. दोन खाण्यांमधूनच सर्व उष्मांक घेण्यात आल्यास जेवल्यानंतर काही वेळाने रक्तशर्करा एकदम वाढते तर दोन जेवणांच्या मधल्या वेळात ती कमी होण्याचा धोका उद्‌भवतो. म्हणून रक्तातील साखरेत फारसे चढउतार न होता ती नियमित राहावी यासाठी दिवसातून ३-४ वेळा व थोडे थोडे खावे.

आहाराद्वारे खालील उद्दिष्टे पूर्ण होतील याची काळजी घेणे आवश्यक आहे.

१. दिवसभरासाठी आवश्यक असलेले उष्मांक मिळविणे.
२. ब्लडग्लुकोज नियंत्रणात ठेवणे.
३. सर्व प्रकारच्या अन्नघटकांचा आहारात समावेश करणे.
४. वजन योग्य प्रमाणात ठेवणे.
५. उच्च रक्तदाब व हृदयविकारापासून दूर राहणे.
६. शरीराचे व्याधींपासून सरंक्षण करून जीवन आनंदी, उत्साही व निरामयी बनविणे.

आहाराबाबत गैरसमज कोणते?

मधुमेही व्यक्तींनी साखर किंवा गोड पदार्थ अजिबात खाऊ नयेत.

मधुमेहींना दिवसातून २ चमचे साखर किंवा चवीपुरता थोडासा गोड पदार्थ खाण्यास हरकत नाही. यथेच्छ ताव मारू नये.

मधुमेहींनी भात अजिबात खाऊ नये.

गहू व तांदूळ ही सारख्याच प्रकारची संपृक्त कर्बोदके असल्याने, सारखेच उष्मांक देतात. त्यामुळे भात खायचा असल्यास तेवढी पोळी कमी करावी व भात नुसता न खाता वरण व इतर भाज्यांसोबत कालवून खावा. (शक्यतो हातसडीचा तांदूळ वापरावा.)

मधुमेहींनी बटाटे खाण्याचे सोडून द्यावे.

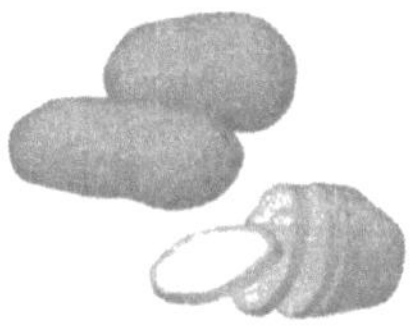

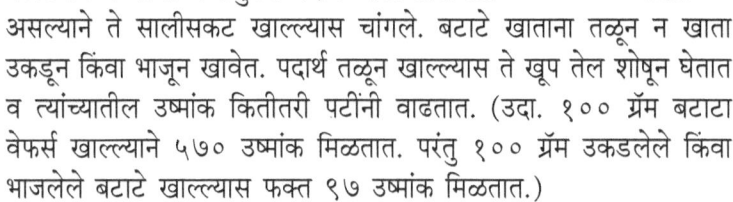

बटाटे हेदेखील संपृक्त कर्बोदकांच्या गटात मोडतात त्यामुळे ते खाण्यास हरकत नाही. बटाट्यांमध्ये पाणी व तंतुमय पदार्थ जास्त प्रमाणात असल्याने ते सालीसकट खाल्ल्यास चांगले. बटाटे खाताना तळून न खाता उकडून किंवा भाजून खावेत. पदार्थ तळून खाल्ल्यास ते खूप तेल शोषून घेतात व त्यांच्यातील उष्मांक कितीतरी पटींनी वाढतात. (उदा. १०० ग्रॅम बटाटा वेफर्स खाल्ल्याने ५७० उष्मांक मिळतात. परंतु १०० ग्रॅम उकडलेले किंवा भाजलेले बटाटे खाल्ल्यास फक्त ९७ उष्मांक मिळतात.)

मधुमेहींनी फळे खाऊ नयेत.

ताजी फळे मधुमेहींच्या रोजच्या आहारात आवश्यक आहेत. खूप पिकलेली व खूप गोड फळे खाण्याचे टाळावे. भरपूर चोथा असलेली व सालीसकट खाता येतील अशी फळे खाण्यास हरकत नाही; (उदा. पेरू, सफरचंद, पपई, संत्री इत्यादी) परंतु आंबा, द्राक्षे, केळी, चिकू, सीताफळ कमी प्रमाणात खावीत.

साखरेऐवजी मध हवा तेवढा घेऊ शकता.

मधामुळेसुद्धा ग्लुकोजची पातळी वाढते. त्यामुळे मधदेखील जास्त प्रमाणात घेऊ नये.

समारंभांमध्ये किंवा पार्ट्यांमध्ये जास्त खाल्ल्यास औषधांचा डोस वाढवावा.

पार्ट्यांमध्ये जास्त उष्मांकांच्या पदार्थांवर ताव मारू नये. त्यामुळे रक्तातील साखरेचे प्रमाण खूप वाढते. जास्त खाण्याने वाढलेली शुगर एखादा गोळ्यांचा डोस वाढविल्याने नियंत्रणात येत नाही. (रक्तशर्करा वाढली की, त्याचे सर्वच अवयवांवर दुष्परिणाम होतात. म्हणून वैद्यकीय सल्ल्याशिवाय आपल्या मनाने डोस बदलू नये.)

साखरेऐवजी वापरल्या जाणाऱ्या कृत्रिम गोडी आणणाऱ्या गोळ्या आरोग्याला हानिकारक आहेत.

बऱ्याच वर्षांच्या वैद्यकीय संशोधनानंतर नवीन प्रकारच्या गोळ्या बाजारात आल्या असून योग्य प्रमाणात वापर केल्यास त्यांचे काहीही वाईट परिणाम होत नाहीत.

मधुमेही रुग्णांचा आदर्श आहार ठरविताना कोणत्या गोष्टी प्रामुख्याने लक्षात घ्याव्या?

- मधुमेही आहार हा संतुलित, सकस, पौष्टिक व चौरस असावा.
- अन्नातील सर्व घटक या आहाराद्वारे पुरविले जावेत.
- अन्न हे स्वादिष्ट व रुचकर असावे.
- आहारातील पदार्थ सहजपणे उपलब्ध असावेत.
- या आहाराने रक्तातील साखरेची पातळी आटोक्यात राहून कोलेस्टेरॉल पातळीदेखील मर्यादेत राहावी.
- आहार घेतल्यानंतर थकवा न येता उत्साही व समाधानी वाटावे.

वैद्यकीय भाषेत सांगायचे तर

- संपृक्त कर्बोदके जास्त प्रमाणात असावीत.
- स्निग्ध पदार्थ कमीत कमी असावेत.
- फ्री रॅडिकल्स कमीत कमी असावेत.
- नैसर्गिक अँटिऑक्सिडंट्स जास्त प्रमाणात असावेत.
  (फ्री रॅडिकल्स व अँटिऑक्सिडंट्सबद्दल माहिती पुढील प्रकरणात आहे.)

कॅलरी म्हणजे काय? त्याची शरीराला आवश्यकता काय?

कॅलरी किंवा उष्मांक हे ऊर्जा मोजण्याचे एक परिमाण होय. शरीराचे दैनंदिन कार्यक्रम सुरळितपणे चालण्यासाठी आपल्याला ऊर्जेची आवश्यकता असते. ही ऊर्जा आपण जे अन्न खातो त्याचे ग्लुकोजमध्ये रूपांतर होऊन त्यापासून मिळते. ही ऊर्जा मोजण्याचे माप म्हणजे कॅलरी.

एक ग्रॅम कर्बोदके किंवा प्रथिनांपासून ४ कॅलरीज् तर १ ग्रॅम स्निग्ध पदार्थापासून ९ कॅलरीज् मिळतात. सर्वच व्यक्तींची उष्मांकांची गरज सारखी नसते. प्रत्येक व्यक्तीचे वय, वजन, उंची, शरीरयष्टी व त्याचे दैनंदिन कामाचे स्वरूप यांवर त्याला लागणाऱ्या उष्मांकांचा आकडा ठरविला जातो. मध्यम बांध्याच्या व साधारणपणे बैठी कामे करणाऱ्या बुद्धिजीवी प्रौढ व्यक्तीला ३० कॅलरीज्/किलो या हिशोबाने कॅलरीज् लागतात.

उदा. ६० किलो वजनाच्या व्यक्तीला ६० × ३० = १८०० कॅलरीज्चा

आहार दिवसभरासाठी पुरेसा आहे. या सर्व कॅलरीज् त्याने एकाच वेळी न घेता दिवसभरात ३-४ वेळांमध्ये विभागून घेतल्यास रक्तशर्करा नियंत्रणात ठेवणे सोपे जाते.

स्थूल व्यक्तीला वजन कमी करण्यासाठी साधारणपणे ६० × २० = १२०० इतक्या उष्मांकांचा आहार दिला पाहिजे.

आदर्श वजन टिकवून ठेवण्यासाठी आहारातून मिळणाऱ्या कॅलरीज् व दिवसभरात खर्च होणाऱ्या कॅलरीज् यांचा योग्य मेळ बसणे खूप आवश्यक आहे. दररोज एकूण आवश्यक असणाऱ्या कॅलरीज्पैकी साधारणपणे ६० ते ७० टक्के संपृक्त कर्बोदकांतून, २० ते २५ टक्के प्रथिनांपासून व उरलेल्या १५ ते २० टक्के कॅलरीज् या स्निग्ध पदार्थांपासून मिळाव्यात.

बॉडी-मास इंडेक्स (Body Mass Index – BMI) म्हणजे काय?

एखाद्या व्यक्तीचे योग्य वजन ठरविण्यासाठी सध्या BMI चा उपयोग करतात.

किलोमध्ये वजन / (मीटरमध्ये उंची)^{२} या भागाकाराला BMI असे म्हणतात. उदा. एखाद्या व्यक्तीचे वजन ६० किलो व उंची १.६ मीटर असल्यास त्या व्यक्तीचा BMI = ६० / (१.६)^{२} = २३.४ इतका येईल.

BMI २० ते २३ मध्ये असल्यास आरोग्याच्या दृष्टीने उत्तम, २३ ते २५ मध्ये असल्यास बरे तर २५ पेक्षा जास्त असल्यास वाईट मानले जाते.

आहारातील मुख्य घटक कोणते?

- पिष्टमय पदार्थ किंवा कर्बोदके (carbohydrates)
- स्निग्ध पदार्थ (fats) आणि
- प्रथिने (proteins)

हे आहारातील मुख्य घटक असून दिवसभरात वेगवेगळ्या क्रियांसाठी आवश्यक असणारी ऊर्जा या पदार्थांपासून मिळते.

विशेष ऊर्जा न देणारे परंतु शरीराला आवश्यक असणारे व रोगप्रतिबंधक शक्ती प्रदान करणारे इतर अन्नघटक म्हणजे जीवनसत्त्व (vitamins), क्षार (salts) व खनिजे (minerals). समतोल आहारामध्ये या सर्व घटकांचा योग्य प्रमाणात समावेश असणे महत्त्वाचे आहे. त्यामुळे शरीराचे व्यवस्थित पोषण होते.

१. पिष्टमय पदार्थ किंवा कर्बोदके

कर्बोदकांचे मुख्य कार्य म्हणजे ऊर्जा पुरविणे.

कर्बोदकांचे ढोबळपणे दोन प्रकार असतात.

अ) साधी कर्बोदके (simple carbohydrates) – ही कर्बोदके रक्तामध्ये लवकर शोषली जाऊन रक्तशर्करा वाढवतात. मधुमेही व्यक्तीने ही टाळावीत.

उदा. साखर, जॅम, जेली, चॉकलेट्स, मध, फळांचा रस, मद्य इत्यादी.

ब) संपृक्त कर्बोदके (complex carbohydrates) – या पदार्थांमध्ये फायबर किंवा चोथ्याचे प्रमाण जास्त असल्यामुळे त्यांचे शोषण हळूहळू होते. उदा. धान्ये, हातसडीचा तांदूळ, जाड रवा, भाज्या इत्यादी. संपृक्त कर्बोदके असलेल्या खाद्य पदार्थांमध्ये प्रथिने व इतर खनिजेदेखील असल्यामुळे मधुमेही व्यक्तीसाठी आहारात यांचे प्रमाण जास्त असावे.

१ ग्रॅम पिष्टमय पदार्थापासून ४ कॅलरीज् मिळतात.

२. स्निग्ध पदार्थ

मेंदू व मज्जासंस्थेच्या आरोग्यासाठी, काही प्रकारची हार्मोन्स तयार करण्यासाठी, तसेच चरबीत विरघळणाऱ्या जीवनसत्त्वांच्या शोषणासाठी स्निग्ध पदार्थांची आवश्यकता असते. उदा. तेल, तूप, क्रीम, लोणी व इतर चरबीयुक्त पदार्थ, अंड्यातील पिवळा बलक, मांसाहार.

१ ग्रॅम स्निग्ध पदार्थापासून सुमारे ९ कॅलरीज् मिळतात.

३. प्रथिने

शरीराच्या वाढीसाठी, झालेली झीज भरून काढण्यासाठी, वेगवेगळी संप्रेरके (hormones) तयार करण्यासाठी मुख्यत्वे प्रथिनांची आवश्यकता असते. उदा. सर्व प्रकारच्या डाळी, कडधान्ये, तृणधान्ये, तेलबिया, दूध व दुधाचे पदार्थ, मांसाहार.

१ ग्रॅम प्रथिनांपासून सुमारे ४ कॅलरीज् किंवा उष्मांक मिळतात.

४. जीवनसत्त्वे (vitamins)

यांच्याद्वारे विशेषउष्मांक मिळत नसले तरी शरीरातील पेशींच्या आरोग्यासाठी व रोगप्रतिकारक शक्तीवाढविण्यासाठी जीवनसत्त्वांची आवश्यकता असते. जीवनसत्त्वांचे २ प्रकार म्हणजे.

१. **पाण्यात विरघळणारी**

उदा. व्हिटॅमिन **'बी'** चे वेगवेगळे प्रकार – ही जीवनसत्त्वे आपल्याला मोड आलेली कडधान्ये, हिरव्या पालेभाज्या, दूध व फळे यांतून मिळतात.

व्हिटॅमिन **'सी'** – संत्री, मोसंबी, लिंबू, आवळा यांसारख्या आबंट फळांतून भरपूर प्रमाणात मिळते.

२. **चरबीत विरघळणारी**

उदा. व्हिटॅमिन ए,डी,ई,के.

- व्हिटॅमिन **'ए'** – गाजर, पपई, आंबा, भोपळा यांसारखी रंगीत फळे व भाज्या, हिरव्या पालेभाज्या, तसेच दूध, लोणी, चीज, अंडी, मासे या प्राणिजन्य पदार्थांतून मिळते.
- व्हिटॅमिन **'डी'** – सकाळच्या कोवळ्या सूर्यप्रकाशात अल्ट्रावायोलेट किरणांच्या साहाय्याने त्वचेखाली तयार होते. दूध, लोणी, अंडी, मासे या पदार्थांपासून देखील मिळते.
- व्हिटॅमिन **'ई'** – कच्चे अंकुरित धान्य व वनस्पतिजन्य तेल व सूर्यफूल यांतून प्रामुख्याने मिळते.
- व्हिटॅमिन **'के'** – शरीरात आतड्यात राहणारे बॅक्टेरिया व्हिटॅमिन के तयार करतात. तसेच ताज्या हिरव्या पालेभाज्या, फळे व दूध यांपासून देखील ते मिळू शकते.

क्षार व खनिजे (minerals)

रक्त, अस्थी, मज्जा व संप्रेरके (hormones) यांकरिता लोह, कॅल्शियम, फॉस्फरस यांची प्रामुख्याने गरज असते. हिरव्या पालेभाज्या, अंकुरित धान्य व कडधान्य, दूध हे यांकरिता महत्त्वाचे आहेत.

आहारातील पिष्टमय पदार्थ, स्निग्ध पदार्थ व प्रथिने यांचे प्रमाण किती असावे?

अ. **पिष्टमय पदार्थ –** संपृक्त कर्बोदके सर्वात उत्तम. एकूण उष्मांकांच्या ६० ते ७० टक्के कॅलरीज् या पिष्टमय पदार्थांतून मिळाव्यात. कर्बोदकांमध्ये चोथा भरपूर प्रमाणात असावा. भात, बटाटा व फळे ही मधुमेही रुग्णांला वर्ज्य नाहीत हे विशेष करून लक्षात ठेवावे. साखर व साखरेचे पदार्थ टाळावेत.

आ. **स्निग्ध पदार्थ –** एकूण कॅलरीज्च्या फक्त १० ते २० टक्के कॅलरीज्

स्निग्ध पदार्थांपासून मिळाव्यात. स्वयंपाकात तेलातुपाचा कमीत कमी वापर करावा. तेलकट, तुपकट, पदार्थ खाऊ नयेत. तळण्याऐवजी पदार्थ भाजून किंवा उकडून घ्यावेत. फोडणीसाठी आवश्यक तेवढे तेल वापरावे परंतु वर तेलाचा तवंग नसावा. (बहुतांशी पदार्थांमध्ये अदृश्य स्वरूपात स्निग्ध पदार्थ असतातच याचीही नोंद घ्यावी.)

मधुमेही व्यक्तीला सोबत मेदघटकातील फेरबदल (abnormal lipid profile) किंवा हृदयविकाराचा त्रास असल्यास स्निग्ध पदार्थ आणखी कमी करावेत.

इ. **प्रथिने/प्रोटीन्स** – सुमारे २० ते २५ टक्के कॅलरीज् प्रथिनांपासून घ्याव्यात. प्रौढ व्यक्तीला दर दिवसाला साधारणपणे १ ग्रॅम प्रथिने/किलो वजन आवश्यक असतात. वाढत्या वयाच्या मुलांमध्ये, गरोदर स्त्रियांमध्ये किंवा अतिशय कष्टाचे शारीरिक श्रम करणाऱ्या लोकांमध्ये ही गरज थोड्या प्रमाणात वाढते.

खराब कर्बोदके कोणती? त्यांपासून आरोग्याला धोका काय?

जे पदार्थ खाल्ल्याने रक्तातील साखर झपाट्याने वाढते, अशा पदार्थांना खराब कर्बोदके म्हणून संबोधले जाते. उदा. साधी साखर, कृत्रिम रीत्या फळांचा साठविलेला रस, मैद्याची ब्रेड, पॉलिश केलेला तांदूळ, आईस्क्रीम, केक्स, कोल्ड ड्रिंक्स. अशा पदार्थांचे सेवन केल्याने ब्लडग्लुकोज पातळी पटकन वाढते. ही पातळी कमी करण्यासाठी जास्त इन्शुलिनची निर्मिती होते. त्यामुळे अचानक ब्लडग्लुकोज पातळी कमी होऊन पुन्हा भूक लागते. अशा प्रकारे एक विचित्र चक्र सुरू होऊन रक्तशर्करेमध्ये सतत चढउतार होतो. असे चक्र बऱ्याच काळपर्यंत सुरू राहिल्यास इन्शुलिनचे कार्य निष्प्रभ ठरते. शरीरातील अकार्यक्षम इन्शुलिनची पातळी वाढते व रक्तशर्करादेखील वाढते.

ज्या कर्बोदकांच्या शेवटी **ओज** हा प्रत्यय येतो ती बहुतांशी खराब कर्बोदके समजावीत. उदा. ग्लुकोज, सुक्रोज, माल्टोज, गॅलॅक्टोज इ.

याउलट हातसडीचा तांदूळ, धान्ये, कोंडा न काढलेल्या पिठाची पोळी, भाकरी, चोथा असलेली फळे ही चांगली कर्बोदके समजावीत. या पदार्थांमध्ये तंतुमय पदार्थ असल्याने त्यांचे पचन व शोषण हळूहळू होऊन रक्तशर्करा झपाट्याने वाढत नाही.

फायबरचे आहारात महत्त्व काय?

फायबर म्हणजे तंतुमय पदार्थ किंवा चोथा. आहारातील ज्या वनस्पतिजन्य

पदार्थांचे पचन पाचक रसांनी होत नाही, ज्यापासून ऊर्जा उत्पन्न होत नाही अशा आवश्यक पदार्थाला चोथा (फायबर) म्हणतात. रोजच्या आहारात फायबर्स किंवा तंतुमय पदार्थांचे प्रमाण दिवसभरात साधारण ३० ग्रॅम असावे.

हे तंतुमय पदार्थ दोन प्रकारात मोडतात :

विरघळणारे (Soluble) उदा. ईसबगोल, फळांच्या साली, फळांमध्ये असणारा पेक्टिन नावाचा पदार्थ, मेथ्या.

न विरघळणारे (Insoluble) गव्हाचा कोंडा, धान्ये, कडधान्ये, डाळी यांच्या साली, काही भाज्या व पालेभाज्या.

तंतुमय पदार्थांचे उपयोग

१. विरघळणाऱ्या चोथ्याचे आतड्याच्या आतील आवरणावर जेलीसारखे आच्छादन तयार होते. त्यामुळे अन्नाचे अभिशोषण सावकाश होते व अशा प्रकारे रक्तातील साखर व चरबीचे प्रमाण नियंत्रित ठेवले जाते.

२. न विरघळणाऱ्या चोथ्यामुळे आतड्यातील अन्नाचा प्रवास हळूहळू होतो व त्यामुळे अन्नघटकांचे रक्तात अभिशोषण सावकाश होते.

३. पाणी शोषून घेतल्यामुळे चोथा फुगतो. चोथ्यामुळे मोठ्या आतड्यातील मलाचे प्रमाण वाढते. स्नायूंवर ताण आल्यामुळे बद्धकोष्ठता असलेल्या रुग्णांना याचा फार फायदा होतो.

४. तंतुमय पदार्थांमुळे स्निग्ध पदार्थांचे शोषण कमी होऊन रक्तातील कोलेस्टेरॉलची पातळी कमी होते.

५. आहारात भरपूर तंतुमय पदार्थ असल्यास पचनसंस्थेचे कार्य व्यवस्थित होते.

६. पाणी शोषून घेतल्याने चोथा फुगतो. त्याचे आकारमान वाढते. चोथायुक्त आहार घेतल्याने कमी खाऊनसुद्धा पोट भरल्याचे समाधान होते. त्यामुळे वजन जास्त असलेल्या व्यक्तींना लठ्ठपणा कमी करण्यासाठी याचा उपयोग होतो.

७. तंतुमय पदार्थांचे आहारातील प्रमाण वाजवीपेक्षा खूप जास्त वाढविल्यास पोट फुगू शकते. म्हणून याचे प्रमाण हळूहळू वाढवावे.

ग्लायसेमिक इंडेक्स (G.I.) म्हणजे काय?

ग्लुकोजच्या सेवनाने वाढणारे रक्तातील साखरेचे प्रमाण १०० आहे असे समजून त्याच्या तुलनेत इतर सर्व कर्बोदकांच्या सेवनाने रक्तातील ग्लुकोजचे प्रमाण किती वाढते हे तपासून त्या त्या पदार्थांचा G.I. ठरविला जातो. खाद्यपदार्थ

साठविण्यासाठी जितक्या जास्त रासायनिक प्रक्रिया (processing) केल्या जातील व जितक्या लवकर त्याचे शोषण होईल तितका त्याचा G.I. जास्त. एखाद्या पदार्थात तंतुमय पदार्थांचे प्रमाण जितके जास्त तितका त्याचा G.I. कमी व मधुमेहींच्या दृष्टीने तो हितावह.

मधुमेहींनी आहारात G.I. कमी असलेल्या पदार्थांचे सेवन केल्यास ब्लडग्लुकोज नियंत्रणास मदत होते व लठ्ठपणा वाढत नाही. नेहमीच्या आहारात असलेल्या काही पदार्थांचे ग्लायसेमिक इंडेक्स खाली दिलेले आहेत.

१. G.I. ५० पेक्षा कमी – उदा. धान्ये, कडधान्ये, जाड रवा, सोयाबीन, फळभाज्या, पालेभाज्या, संत्री, पेरू, टरबूज, खरबूज इत्यादी.

२. G.I. ५० ते ७० – उदा. ज्वारी, बाजरी, मका, हातसडीचा तांदूळ, ब्रेड, बटाटे.

३. G.I. ७० पेक्षा जास्त – उदा. साखर, पॉलिश केलेले तांदूळ, मध, मद्य, गोड फळे, मिष्टान्ने.

४. G.I. १०० – ग्लुकोज.

मधुमेहींनी ७० पेक्षा जास्त G.I. असलेले पदार्थ टाळावेत. कमी G.I. असलेल्या अन्नपदार्थांचा रोजच्या आहारात जास्तीत जास्त उपयोग करावा. आपल्याला आवश्यक असलेल्या कॅलरीज्चे प्रमाण ठरवून त्यानुसार बेत ठरवावा. या दृष्टीने वरण-भात, भाजी-पोळी, कोशिंबीर असलेले साधे सात्त्विक भोजन घ्यावे.

कमी G.I. असलेली धान्ये, कडधान्ये, डाळी इत्यादी मिसळून केलेल्या मिश्रणापासून थालिपीठासारखे विविध अन्नपदार्थ बनविल्यास त्याचाही भरपूर फायदा होतो. शरीरास आवश्यक नत्राम्ले मिळतात.

मधुमेहींनी कोणते पदार्थ टाळावेत?

१. मांसाहार.

२. अंडी-विशेषत: अंड्यातील पिवळा बलक.

३. सुका मेवा.

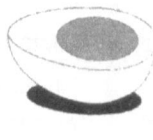

४. साय न काढलेले दूध, दुधजन्य पदार्थ- क्रीम, लोणी, तूप, चीज इत्यादी.

५. मिष्टान्ने.

६. मध, साखर, गूळ.

७. मद्यपान.

८. तेलकट व तूपकट पदार्थ.

अंकुरित पदार्थांचे आहारात महत्त्व काय?

कच्चे अकुंरित धान्य व कडधान्यांच्या मिश्रणाला **अमृतान्न** म्हणावे इतकी त्याची थोरवी मोठी आहे. मधुमेहींच्या दृष्टीने तर ते एक वरदानच आहे.

१. अंकुरित पदार्थ म्हणजे पौष्टिक आहार.
२. अंकुरित पदार्थ सर्वसामान्यांच्या खिशाला परवडणारे, कमी खर्चाचे.
३. अंकुरित पदार्थांचे पचन लवकर होते.
४. अंकुरित झाल्यामुळे आहार शास्त्राच्या दृष्टीने त्याची पौष्टिकता वाढते. या पदार्थांतून प्रथिने, जीवनसत्त्वे व क्षार भरपूर प्रमाणात मिळतात.
५. अंकुरित होताना त्यातील कॉम्प्लेक्स कर्बोदके, प्रथिने व चरबीचे विघटन झाल्यामुळे त्यांचे पचन सुलभ होते.
६. अंकुरित धान्यांमध्ये तंतुमय पदार्थांचे प्रमाण खूप असल्याने त्याच्या सेवनाने शौचास साफ होते. बद्धकोष्ठतेचा त्रास होत नाही.

सर्व मधुमेहींनी आपल्या दिवसाची सुरुवात अंकुरित अमृतान्नाच्या सेवनाने करावी. यासाठी हे तयार करण्याची कृती शेवटी परिशिष्टामध्ये दिली आहे.

मधुमेहींनी फळे खावी किंवा नाही?

होय. मधुमेहींसाठी फळ हे एक उपयुक्त अन्नघटक आहे. बहुतेक फळांमध्ये ७०-८० टक्के पाणी असते.

- फळांमध्ये व सालीमध्ये असलेल्या चोथ्यामुळे ते उपयोगी ठरतात.
- फळांमध्ये जीवनसत्त्वे व क्षार भरपूर प्रमाणात असतात.
- फळे रक्तवाहिन्यांना सशक्त बनवितात.
- फळांमध्ये प्रतिऑक्सिडीकारकांचे (antioxidants) प्रमाण भरपूर असते. त्यामुळे पेशींना संरक्षण मिळते.

फळांचे सेवन करताना लक्षात ठेवण्याजोगी गोष्ट म्हणजे आंबा, द्राक्षे, केळी, सीताफळ, चिकू यांसारखी जास्त कॅलरीज् असलेली फळे कमी प्रमाणात खावीत.

संत्री, मोसंबी, पपई, पेरू, कलिंगड, खरबूज इत्यादी फळे जास्त प्रमाणात घेता येतात. फळे निवडताना जास्त पिकलेली फळे न घेता थोडी कमी पिकलेली फळे खावीत. फळांचा रस न घेता फायबरसहित फळांच्या फोडींचे सेवन करावे म्हणजे रक्तातील साखर अचानक खूप वाढणार नाही.

आहारात स्निग्ध पदार्थ का टाळावेत?

रोजच्या आहारात असणाऱ्या तेल, तूप, लोणी, साय इ. स्निग्ध पदार्थांपासून कर्बोदके व प्रथिने यांच्या तुलनेत दुप्पट पेक्षा जास्त उष्मांक मिळतात. त्यामुळे चरबीचे प्रमाण वाढून लठ्ठपणा वाढतो, तसेच रक्तातील साखरेचे प्रमाण देखील वाढते. जास्त चरबीयुक्त आहार घेतल्यानंतर पित्ताशयाच्या तक्रारी असलेल्या रुग्णांना पोटदुखीचा त्रास होतो.

हृदयविकार असलेल्या लोकांनाही जास्त चरबीयुक्त भोजनानंतर छाती दुखण्याचा त्रास होऊ शकतो.

म्हणूनच आपल्या आहारात स्निग्ध पदार्थांचे प्रमाण कमी ठेवून फायबरयुक्त संपृक्त कर्बोदकांचे प्रमाण वाढवावे.

आहारातील स्निग्धांशांचा वापर कमी करण्यासाठी काही उपयुक्त सूचना

- आपल्याला आवश्यक असलेल्या उष्मांकांच्या फक्त २०% उष्मांक हे आहारातील स्निग्ध पदार्थांपासून मिळावेत.
- स्वयंपाकासाठी कमीतकमी तेल व तूप यांचा वापर करावा. जेवणातील पदार्थ शक्यतो वाफवून, उकडून किंवा भाजून घ्यावेत.
- बहुतेक सर्वच अन्नपदार्थांमध्ये अदृश्य स्वरूपात चरबी असते याचे भान सतत ठेवल्यास दृश्य चरबीचे आहारातील प्रमाण कमी करण्यास मदत होईल.
- आहारात संपृक्त व असंपृक्त दोन्ही प्रकारची स्निग्धाम्ले योग्य प्रमाणात असावीत.
- दिवसभराच्या आहारात एकूण कोलेस्टेरॉलचे प्रमाण ३०० मिग्रॅ.पेक्षा कमी असावे.

मधुमेहींनी कोणते दूध घ्यावे?

म्हशीच्या दुधामध्ये गाईच्या दुधापेक्षा स्निग्धांश जास्त प्रमाणात असतो, म्हणून रोजच्या आहारात साय काढलेल्या गाईच्या दुधाचा वापर करावा. बाजारात मिळणाऱ्या स्कीम्ड मिल्क पावडरचा वापरही चालू शकतो.

क्रीम, लोणी, तूप, चीज इ. दुग्धजन्य पदार्थांचा वापर टाळावा.

साय काढलेल्या दुधापासून घरी बनविलेले पनीर (cottage cheese) हितावह. ते योग्य प्रमाणात घेतल्यास त्यातून चांगली प्रथिने मिळतात.

साखर किंवा गोड पदार्थ खाल्ले नाही तरीही रक्तातील ग्लुकोजचे प्रमाण वाढू शकते का?

होय, रक्तातील ग्लुकोजचे प्रमाण फक्त साखर किंवा गोड खाल्याने वाढत नाही तर आपल्या दैनंदिन आहारामध्ये आपण जे पदार्थ खातो त्याचे रूपातंर शेवटी ग्लुकोजमध्ये होत असते कारण शारीरिक कार्यक्षमतेसाठी ग्लुकोजचीच आवश्यकता असते. गोड पदार्थ सोडून रक्तातील ग्लुकोजची मात्रा अधिक प्रमाणात वाढण्याची इतर कारणे –

- तळलेले पदार्थ, तूप, लोणी, मांसाहारी पदार्थ याचे अधिक प्रमाणात सेवन.
- भाज्या किंवा अन्य पदार्थांमध्ये गरजेपेक्षा जास्त तेलाचा वापर.
- व्यायामाचा अभाव, बैठी कामे.
- चिंता, नैराश्य.

साखरेचे इतर प्रकार कोणते?

फ्रक्टोज, लॅक्टोज, सॉर्बिटॉल, मॅनिटॉल, झायलिटॉल इत्यादी साखरेचे प्रकार फळे व इतर वनस्पतिजन्य पदार्थांमध्ये आढळतात. यांचे पूर्णपणे शोषण होत नसल्यामुळे यांच्यापासून कमी कॅलरीज् मिळतात.

'शुगर फ्री' लेबल असलेल्या बाजारातील तयार पदार्थांमध्ये हे इतर साखर सदृशपदार्थअसतात. त्यामध्ये साखर नसली तरी कॅलरीज् असल्यामुळे मधुमेही व्यक्तींनी काळजीपूर्वकच खावेत.

साखरेऐवजी दुसऱ्या कृत्रिम गोडी आणणाऱ्या गोळ्या चालतील का?

पूर्वी कृत्रिम गोडी आणण्याकरिता सॅकरीनचा सर्रास वापर होत असे. परंतु त्याची थोडीशी कडवट चव व ओकाही परीक्षणांमध्ये दीर्घकालीन वापराचे दुष्परिणाम आढळून आल्याने सध्या सॅकरीनचा वापर कमी झाला असून त्याला पर्याय उपलब्ध आहेत. सुक्रालोज किंवा ॲसपारटेम ही द्रव्यं असलेल्या, साखरेला पर्यायी गोड गोळ्या किंवा पावडर हे सध्या 'शुगर फ्री' किंवा 'इक्वल' या नावाने उपलब्ध आहे. साखरेच्या ऐवजी या गोळ्या मधुमेहीला बिनदिक्कत चालतात. (१ गोळी म्हणजे १ चमचा साखर.) याचा आरोग्यावर कोणत्याही प्रकारचा दुष्परिणाम अजूनपर्यंत आढळून आलेला नाही. संपूर्णत: वनस्पतीपासून तयार झालेली कृत्रिम साखर तयार करण्यास भारतीय संशोधकांना यश आले असून 'मधुपर्णी' किंवा 'स्टेविया' या वनस्पतीत असलेल्या गोड नैसर्गिक घटकांचा

उपयोग ही कृत्रिम साखर बनवण्यासाठी होणार आहे. मधुपर्णीमधील 'स्टेव्हियासीड' हे रसायन नेहमीच्या साखरेपेक्षा २०० ते ३०० पटीने गोड असते. नैसर्गिकरित्या तयार होणारे हे रसायन असल्यामुळे त्याचे साइड इफेक्ट्स नसावेत, असे म्हटले जाते. त्यामुळे संपूर्णत: सुरक्षित असलेला साखरेचा पर्याय उपलब्ध होण्याची शक्यता या प्रयोगाच्या यशामुळे बळावली आहे.

शरीराला पाण्याची आवश्यकता किती?

आपल्या शरीरात ७५ टक्के पाणी असून फक्त २५ टक्के घनपदार्थ असतात. शरीरातील सर्व प्रकारच्या रासायनिक प्रक्रियांसाठी व पचनासाठी पाण्याची अत्यंत आवश्यकता असते. पाण्यामध्ये जास्तीत जास्त पदार्थ विरघळू शकतात. म्हणूनच त्याला पृथ्वीवर असलेले सर्वोत्तम विद्रावक (solvent) असे म्हटले जाते.

शरीरात नको असलेले पदार्थ मलमूत्राद्वारे उत्सर्जित करण्यासाठी देखील पाण्याशिवाय दुसरा पर्याय नाही. म्हणून आपल्याला दिवसभरात भरपूर पाण्याची आवश्यकता असते.

प्रक्रिया केलेले नळाचे पाणी जास्त प्यायल्यास काही वेळा क्लोरिन, फ्लोरिन इत्यादी रसायने जास्त प्रमाणात शरीरात जाण्याची शक्यता असते. म्हणून पालेभाज्या, फळभाज्या, फळे इत्यादी पाण्याचा अंश जास्त असलेले परंतु कमी कॅलरीज् असलेले पदार्थ भरपूर प्रमाणात घेण्याचा प्रयत्न करावा. मधल्या खाण्यामध्ये तेलकट, तुपकट, जंक फूड खाण्यापेक्षा फलाहार करावा.

मधुमेहींच्या जीवनात पाण्याला विशेष महत्त्व आहे. रक्तातील साखरेचे प्रमाण खूप वाढले की ही साखर लघवीवाटे बाहेर टाकली जाते. यासाठी पाण्याची नितांत आवश्यकता असते. पाण्याचे सेवन योग्य प्रमाणात नसल्यास हे कार्य व्यवस्थित न होऊन इतर गुंतागुंतींचा सामना करावा लागतो.

मधुमेहींनी शीतपेये (soft drinks) किती प्रमाणात घ्यावीत?

शीतपेयांपासून कोणतेही उपयोगी अन्नघटक न मिळता मधुमेहींना आवश्यक नसलेले उष्मांक (empty calories) मात्र भरपूर मिळतात म्हणून मधुमेहींनी शीतपेये घेण्याचे टाळावे. एखाद वेळेस गंमत म्हणून थोडेसे पिण्यास हरकत नाही.

जंक फूड म्हणजे काय? यापासून शरीराला काही अपाय होतो का?

झपाट्याने होत असलेले यांत्रिकीकरण, पाश्चात्त्य जीवनशैलीचा प्रभाव, आधुनिक संस्कृती यांमुळे दिवसेंदिवस खाण्यापिण्याच्या सवयींमध्ये आमूलाग्र बदल घडून येत आहे. ठिकठिकाणी, गल्लोगल्ली फास्ट फूड सेंटर्स फोफावत आहेत. एका हातात चीज पिझ्झा/बर्गर/हॉट डॉग व दुसऱ्या हातात शीतपेयाची बाटली (मोठ्या शहरांमध्ये इतर ड्रिंक्स) हे चित्र सर्वत्रच पाहण्यात येते. हे आरोग्याच्या दृष्टीने अतिशय हानिकारक आहे. या पदार्थांमध्ये प्रामुख्याने खराब कर्बोदके व चरबी यांचे मिश्रण आढळून येते. उष्मांकांची लयलूट व नगण्य पौष्टिकता (empty calories) अशी वाईट परिस्थिती या चटकमटक पदार्थांच्या सेवनाने निर्माण होते. रक्तातील साखरेची व कोलेस्टेरॉलची पातळी वाढते. फक्त मधुमेही व हृदयरुग्णांनाच नव्हे तर निरोगी व्यक्तींच्या दृष्टीने देखील हे जंक फूड अनेक रोगांना निमंत्रण देणारे ठरते.

मांसाहार आवश्यक आहे का?

अजिबात नाही. मांसाहाराचा काहीही विशेष असा फायदा होत नाही, परंतु तोटे मात्र बरेच असल्यामुळे मांसाहार पूर्णपणे वर्ज्य करावा.

मांसाहाराचे तोटे

- मांसाहारामध्ये चरबीचे/कोलेस्टेरॉलचे प्रमाण जास्त असल्याने त्याच्या सेवनाने ॲथेरोस्क्लेरोसिस व त्यायोगे भविष्यात हृदयविकाराचा त्रास होण्याची शक्यता वाढते.
- मांसाहारामुळे मिळणाऱ्या जास्त कॅलरीजमुळे लठ्ठपणा वाढतो व स्थूलता येते.
- वजन वाढल्यामुळे पचनसंस्थेला व हृदयाला जास्त काम करावे लागते.
- मांसाहारामध्ये चोथा नसल्यामुळे बद्धकोष्ठता वाढते.
- मांसाहारात असलेल्या युरिक ॲसिडपासून बनलेल्या युरियाचे उत्सर्जन करण्यासाठी मूत्रपिंडांना जास्त काम करावे लागते.
- मांसाहाराबरोबर मेलेल्या प्राण्यांच्या आतड्यातील जंतू देखील आपल्या पोटात जातात. त्यामुळे अनेक रोग उद्भवण्याची शक्यता वाढते.

- मांसाहार तयार करताना भरपूर स्निग्ध पदार्थांचा उपयोग केला जातो व एकंदरीत कॅलरीज् वाढतच जातात.

पायथॅगोरस, न्यूटन, थॉमस अल्वा एडिसन, मदर टेरेसा, महात्मा गांधी यांसारख्या थोर जगप्रसिद्ध व्यक्तींनादेखील शाकाहाराचे महत्त्व पटले होते. तेव्हा आपण शुद्ध शाकाहारी राहून आपल्या आरोग्याची काळजी घेणे आवश्यक नाही का?

मधुमेहींच्या आहारात मिठाचे प्रमाण किती असावे?

सामान्य निरोगी व्यक्तीने दिवसभरात साधारण ६ ग्रॅमपेक्षा अधिक मीठ खाऊ नये. मधुमेह असल्यास हे प्रमाण निश्चितच आणखी कमी करावे कारण या रुग्णांना भविष्यात हृदयविकार होण्याचा संभव अधिक असतो व एकदा हृदयविकार झाला की हे मिठाचे प्रमाण आणखीनच कमी करून २ ते ३ ग्रॅमपर्यंत खाली आणावे लागते.

आहारात मिठाचे प्रमाण जास्त असल्यास त्याच्या पाणी शोषून घेण्याच्या गुणधर्मामुळे (hygroscopic property) हृदयाच्या रक्ताभिसरणाच्या कार्यावर ताण पडतो आणि रक्तदाब वाढतो.

मधुमेहींनी उपवास करावे किंवा नाही?

मधुमेहींनी शक्यतो उपवास करू नयेत. औषधोपचार सुरू असताना उपवास केल्यास औषधांची मात्रा बदलते. काही न खाता गोळी किंवा इन्शुलिनचा डोस घेतल्यास अचानक रक्तशर्करा कमी होऊन हायपो-ग्लायसेमियाचा त्रास होऊ शकतो.

ज्या मधुमेही व्यक्तींना व्यवसायानिमित्त किंवा इतर कारणांनी वेळोवेळी बाहेर खाण्याचा प्रसंग येतो, त्यांनी कोणती काळजी घ्यावी?

१. बाहेर गेल्यानंतर जेवायला उशीर होणार हे गृहीत धरून इन्शुलिन घेत असल्यास इन्शुलिनच्या डोसची वेळ त्यानुसार बदलावी.

२. बाहेर जाण्यापूर्वी घरी थोडासा कमी उष्मांक असलेला नाश्ता किंवा सॅलड्स खाऊन जावे.

३. समारंभात किंवा बुफे जेवणात आधी सर्व पदार्थ पाहून आपल्याला योग्य ते पदार्थ निवडावेत. तळलेले पदार्थ व मिष्टान्ने टाळावीत. वाफवलेले, उकडलेले, कमी स्निग्धांश असलेले पदार्थ खावेत.

४. हॉटेलमध्ये जेवायला गेल्यास जास्त पदार्थांची ऑर्डर देऊ नये.

५. पदार्थांमध्ये आवश्यक तो बदल सुचविल्यास आपल्या सूचनांचा निश्चितच विचार केला जातो.

६. अन्न वाया जाऊ नये म्हणून आपल्या पोटाचा कचरापेटीसारखा

उपयोग करू नये.

७. मद्यपान टाळावे, कारण मद्यपान केल्याने हायपोग्लायसेमियाची शक्यता वाढते व त्याची लक्षणे चटकन लक्षात येत नाहीत.

काही विशेष प्रसंगी मधुमेहींकरिता आवश्यक आहारबदल

१. उच्च रक्तदाब असल्यास
रोजच्या आहारातील मिठाचे प्रमाण १ चमच्यापेक्षा (५ ग्रॅम/दिवस) कमी करावे.

२. लिपिड प्रोफाईलमध्ये दोष आढळल्यास
कमी स्निग्धांश असलेला व जास्त फायबर्स असलेला आहार वाढवावा. मांसाहार वर्ज्य तर दूध व इतर दुग्धजन्य पदार्थांचे (साय, लोणी, तूप, चीज) सेवन कमी करावे.

३. गर्भावस्था
अ) आवश्यक उष्मांक – ३० ते ४० कॅलरी/किग्रॅ
आ) आवश्यक प्रोटिन्स – १० ग्रॅम/दिवस
इ) आवश्यक कॅल्शियम – ५०० मिग्रॅ/दिवस

४. आजारपण
अ) खाणे-पिणे बंद करू नये.
आ) थोडा थोडा आहार दिवसभर घेत राहावा.
इ) पाणी व इतर द्रवपदार्थांचे सेवन वाढवावे.

५. हायपोग्लायसेमिया
(हायपोग्लायसेमियाची लक्षणे वाटल्यास खालील पदार्थांचे सेवन करावे.)
अ) साखर, चॉकलेट्स किंवा फळांचा रस.
आ) साखर घातलेले गोड दूध किंवा चहा.
इ) लिंबू सरबत किंवा इतर गोड पेय.

खाण्याच्या सवयींत बदल कसा घडवून आणावा?

- वजनाची नियमित नोंद करा. वजनाचा काटा पुढे सरकल्यास धोक्याची सूचना समजा.
- आपण केव्हा, किती आणि काय खातो याची नोंद ठेवा. म्हणजे चुकीच्या वेळी, चुकीच्या प्रमाणात किंवा अपायकारक पदार्थ खाण्यामध्ये येत असल्यास लवकर लक्षात येईल.
- जेवायची जागा शक्यतो निश्चित ठेवा.
- जेवताना टी.व्ही. पाहू नका, वर्तमानपत्र वाचू नका.

- छोट्या आकाराच्या ताटाचा वापर करा.
- आहारात जास्त उष्मांक असलेले पदार्थ घेऊ नका.
- जेवताना सावकाशपणे खा. एक घास खाऊन झाल्यावर मगच दुसरा घास तोंडात टाका.
- जास्त कॅलरीज् असलेले जंक फूड / फास्ट फूड खाऊ नका. त्याऐवजी फलाहार घ्या.
- खाताना आपले मन शांत व चित्त प्रसन्न ठेवा.
- जेवताना एकटे न बसता कुटुंबीयांसोबत बसा.
- वरचेवर बाहेर खाण्याचे टाळा.

मधुमेहींना योग्य आहारप्रणाली अंगीकृत करता यावी यासाठी काही उपयुक्त सूचना

१. आपल्या वजन व उंचीची नोंद करून आपल्यासाठी आदर्श वजन ठरवा. (वय व उंचीनुसार योग्य वजनाचा तक्ता परिशिष्टामध्ये दिलेला आहे.)

२. आपले आदर्श वजन, शरीरयष्टी व दैनंदिन कामाच्या स्वरूपावरून उष्मांकांची गरज किती ते ठरवा. हे उष्मांक ३-४ वेळच्या खाण्यात विभागून घ्या. एकाच वेळी अधाशासारखे खाऊ नका.

३. आपल्या रोजच्या आहारात कर्बोदके, स्निग्ध पदार्थ व प्रथिने या मुख्य अन्नघटकांचा आणि जीवनसत्त्वे, क्षार, खनिजे व पाणी या घटकांचा योग्य प्रमाणात समावेश करून पौष्टिक, सकस व संतुलित आहार घ्या.

४. दिवसभरात जास्तीत जास्त ४ चमचे किवा २० मिलि. स्निग्ध पदार्थ दृश्य चरबीच्या स्वरूपात घ्या. (६०० मिलि./प्रतिव्यक्ती/प्रतिमहिना याप्रमाणे ४ व्यक्तींच्या कुटुंबाला अडीच किलो तेल-तूप पुरे.)

५. स्वयंपाकात कमीत कमी तेलाचा वापर करा. (नॉनस्टिक भांड्याचा वापर केल्यास तेल-तूप कमी लागते.)

६. शक्यतो हातसडीचा, पॉलिश न केलेला तांदूळ वापरा. भात खाताना आलटून पालटून निरनिराळ्या डाळींच्या वरणाबरोबर व भरपूर भाज्यांसोबत खा.

७. कोंड्यासकट पिठाची पोळी बनवा. पोळीला शक्यतो तेल-तूप लावू नका.

८. सर्व प्रकारच्या हिरव्या पालेभाज्या, फळभाज्या, सॅलड्स व कोशिंबिरी

भरपूर प्रमाणात घ्या. बटाटे तळून न घेता उकडून किंवा सालीसकट वापरा.

९. रोजच्या आहारात कच्च्या मोड आलेल्या कडधान्यांचा समावेश करा.
१०. साधारणपणे ५ ते ६ ग्रॅम मीठ/प्रतिव्यक्ती, प्रतिदिवस घेण्यास हरकत नाही. सोबत उच्च रक्तदाब किंवा हृदयविकाराचा त्रास असल्यास वैद्यकीय सल्ल्याने मीठ कमी करा. लोणची, पापड, चटण्या, खारवलेले साठवणीचे पदार्थ खाऊ नका.
११. चहा, कॉफी, दही, पनीर, यांकरिता तापवून साय काढलेले गायीचे दूध वापरा.
१२. क्रीम, लोणी, तूप, खवा व त्यांपासून तयार केलेल्या मिठाया खाण्याचे टाळा.
१३. काजू, पिस्ता, बदाम, अक्रोड इत्यादी सुका मेवा अधूनमधून कधीतरी चवीपुरता खा.
१४. द्राक्षे, आंबा, केळी, चिकू, सीताफळ यांसारखी जास्त साखर असलेली फळे कमी खा. टरबूज, खरबूज, पेरू, पपई, संत्री यांसारखी फळे जास्त प्रमाणात खाल्लीत तरी चालतील.
१५. ब्रेड, बिस्किट, पिझ्झा, नानकटाई, पेस्ट्रीज या पदार्थांमध्ये मैदा, साखर, खराब कर्बोदके आणि स्निग्ध पदार्थ भरपूर प्रमाणात असल्याने असे बेकरी प्रॉडक्टस टाळा.
१६. भरपूर पाणी प्या व पाणीदार पदार्थ खा.
१७. भोजनानंतर लोणी काढलेले ताक प्या.
१८. मांसाहार करू नका.
१९. झोपण्याच्या २-३ तास आधी रात्रीचे भोजन आटोपून घ्या.
२०. मद्यपान करू नका.
२१. तंबाखूचे (बिडी, सिगरेट) सेवन वर्ज्य करा.
२२. शक्यतो उपवास करू नका.

८. मधुमेह आणि व्यायाम

मधुमेह व त्याच्या उपचारात व्यायामाचे महत्त्व आपल्या पूर्वजांना फार पूर्वीपासून माहीत होते. सुमारे अडीच हजार वर्षांपूर्वी चरक व सुश्रुत या महान वैद्यांनी आपल्या प्राचीन ग्रंथांमध्ये मधुमेहाच्या उपचारातील व्यायामाचे महत्त्व विशद केले आहे. डॉ. जोसलिन यांनीदेखील मधुमेहाच्या नियमनात व्यायामाला अनन्यसाधारण स्थान दिले आहे.

व्यायाम न करणाऱ्या मधुमेहींमध्ये अनेक दुष्परिणाम कमी वयातच आढळतात व अकाली मृत्यूदेखील संभवतो. तरीदेखील कित्येक मधुमेही 'आम्हांला वेळच मिळत नाही' अशी लंगडी सबब पुढे करून, व्यायाम करावयाचे टाळून स्वतःच्या पायावर धोंडा मारून घेतात व लंगडत लंगडत उर्वरित आयुष्य जगतात.

तर चला, आपण व्यायामाचे फायदे कोणते? तो कोणी, केव्हा, किती आणि कोणता करावा याबद्दल प्रश्नोत्तररूपाने माहिती मिळवू.

व्यायामामुळे रक्तशर्करा नियंत्रणास मदत कशी होते?

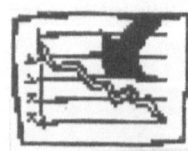

व्यायामामुळे पेशींच्या इन्शुलिन रिसेप्टर्सची संख्या वाढते. पर्यायाने स्नायूपेशींद्वारे रक्तशर्करेचा वापर जास्त होतो व अधिक उष्मांक खर्च होतात.

व्यायामानंतर ३-४ तासांपर्यंत शरीराचा बी.एम.आर. (Basal Metabolic Rate) वाढलेला असतो. त्यामुळे या काळातही अधिक उष्मांक वापरले जाऊन रक्तशर्करा कमी होते.

मध्यम व्यायामामुळे मेंदूतून **ओपिऑइड्स** (opioids) नावाची रसायने निघतात व ते भूक कमी करतात. या सर्व कारणांनी व्यायामामुळे रक्तशर्करा नियंत्रणास मदत होते.

व्यायामाच्या वेळी कोणते अन्नघटक वापरले जातात?

व्यायाम करताना साखर व स्निग्धाम्ले या दोन्हीचा इंधन म्हणून उपयोग होतो व त्यांच्या ज्वलनाने ऊर्जानिर्मिती होते. साखर ही शरीरात यकृत व स्नायूपेशींमध्ये ग्लायकोजेनच्या स्वरूपात साठविलेली असते. व्यायाम सुरू केल्यानंतर साधारण पहिली १५ मिनिटे रक्तशर्करा व स्नायूशर्करा वापरली जाते व त्यानंतर यकृतामध्ये साठवलेल्या ग्लायकोजेनचे साखरेत रूपांतर होऊन तिचा इंधन म्हणून उपयोग केला जातो.

ऊर्जेसाठी स्निग्धाम्लांचे (fatty acids) ज्वलन ३० मिनिटांच्या व्यायामानंतरच सुरू होते.

नियमित व्यायामाचे फायदे कोणते?

१. नियमित व्यायामाने रक्तातील ग्लुकोजची पातळी कमी होते.
२. पेशींवरील इन्शुलिन रिसेप्टर्सची संख्या वाढते.
३. पेशींची इन्शुलिनसाठीची संवेदनक्षमता वाढते.
४. ग्लायकोहिमोग्लोबिनची पातळी कमी होते.
५. रक्तातील ट्रायग्लिसेराइड्सचे प्रमाण कमी होते.
६. चांगल्या प्रकारचे कोलेस्टेरॉल (HDL-cholesterol) वाढते.
७. खराब प्रकारचे कोलेस्टेरॉल (LDL-cholesterol) कमी होते.
८. रक्तदाब कमी होण्यास मदत होते. हृदयाची कार्यक्षमता वाढते.
९. स्नायूंची शक्ती व लवचिकता वाढते.
१०. शरीरातील चरबी कमी होते.
११. वजन कमी होण्यास मदत होते.
१२. दिवसभर ताजेतवाने वाटून जीवनाकडे बघण्याचा दृष्टिकोन बदलतो. आत्मविश्वास वाढतो.

व्यायामाला सुरुवात करण्यापूर्वी कोणत्या गोष्टी विचारात घेणे आवश्यक आहे?

१. कोणी, केव्हा, किती आणि कोणता व्यायाम करावा.
२. व्यायाम करताना किंवा केल्यानंतर रक्तातील साखरेच्या पातळीत चढउतार होऊ नये म्हणून कोणती काळजी घ्यावी?

मधुमेही व्यक्तीने वयोमानाप्रमाणे कोणते व्यायाम प्रकार निवडावे?

मधुमेहींना करता येण्याजोगे व्यायाम प्रकार वयोमानाप्रमाणे ठरविता येतील. लहान वयातील मधुमेही संगीताच्या तालावर लयबद्ध हालचाली करून एरोबिक्स व्यायाम प्रकार हेल्थ क्लबमध्ये किंवा घरी करू शकतात. प्रौढ व्यक्तींना मात्र हे जरासे अवघडच असते. पोहणे व सूर्यनमस्कार हेदेखील बालमधुमेहींसाठी व तरुण वयात चांगलाच फायदा देतात.

प्रौढ मध्यमवयीन मधुमेहींसाठी चालणे, पोहणे, सायकलिंग, टेकडी चढणे यांसारखे व्यायाम किंवा आपल्या आवडीचा टेनिस, बॅडमिंटनसारखा एखादा ऊर्जा खर्च करणारा खेळही योग्य ठरू शकतो. उतारवयात कमी गर्दीच्या ठिकाणी व कमी गर्दीच्या वेळी चालणे किंवा घरी बागकाम करणे हे व्यायाम प्रकार उत्तम.

चालण्याचा व्यायाम हा उत्तम असून सर्व वयोगटांतील व्यक्ती केव्हाही, कुठेही, विनासायास व बिनखर्चाने करू शकतात.

व्यायामाचा श्रीगणेशा कसा करावा?

नियमित व्यायामाला थोडी सावधानतेनेच सुरुवात करावी. बरेचदा ही सुरुवात अगदी गाजावाजा करून धूमधडाक्यात होते व पहिल्या काही दिवसांतच हातापायांत गोळे आल्याने, अतिशय थकवा जाणवल्याने, किंवा पायाला दुखापत झाल्याने तितक्याच धडाक्याने बंदही होते.

तेव्हा आपल्याला मधुमेहाची शर्यत जिंकायची असल्यास कासव-सशाची गोष्ट लक्षात ठेवून कासवाच्या भूमिकेतून हळूहळू व्यायामाला सुरुवात करावी व सातत्य टिकवावे म्हणजे आपण नक्कीच विजय मिळवू शकू.

- चालणे, पोहणे किंवा सायकलिंग असा आपल्याला आवडणारा मध्यम प्रकारचा व्यायाम निवडावा.
- पायाला योग्य बसतील असे साधे कॅनव्हास बूट किंवा स्पोर्टस शूज् वापरावे.
- नेहमी स्वच्छ धुतलेले मोजे वापरावे.
- सुरुवातीला रोज शक्य नसल्यास, आठवड्यातून ३ दिवस (एक दिवसाआड) व्यायाम सुरू करावा.
- पहिल्या दिवशी १०-१५ मिनिटांपासून सुरुवात करून हळूहळू वेळ वाढवावा.

व्यायामाचे FITT Principle कोणते?

व्यायामाबद्दल ४ महत्त्वाचे मुद्दे म्हणजे FITT Principle.

१. **F**requency – मधुमेहीने शक्यतो आठवड्यातून ६ दिवस व्यायाम करावा.

२. **I**ntensity (तीव्रता) – व्यायाम मध्यम स्वरूपाचा असावा. चालत असताना आपल्या सोबत्याशी संभाषण करता येईल इतक्या वेगाने चालावे.

३. **T**ime (वेळ) – सुरुवातीचे वॉर्म-अप व शेवटचे शिथिलीकरण वगळता किमान ३० मिनिटे व्यायाम करावा.

४. **T**ype (प्रकार) – ज्या व्यायाम प्रकाराने शरीरातील मोठ्या स्नायूगटांना व्यायाम मिळेल अशा पद्धतीचे व्यायाम निवडावे.

चालणे हा सर्वोत्तम व्यायाम प्रकार कसा?

'चराति चरतो चर:' चालणाऱ्याचे भाग्यही चालते किंवा उजळते हे प्राचीन संस्कृत वचन मधुमेहींच्या बाबतीत अगदी समर्पक आहे. **FITT** Principle चे चारही मुद्दे चालण्याने पूर्ण होतात. चालण्याचा व्यायाम कोणीही (आबालवृद्ध), केव्हाही (सकाळी किंवा संध्याकाळी) कोठेही, (अंगणात, गच्चीवर, रस्त्यावर, ग्राऊंडवर, ट्रॅकवर) करण्यासारखा आहे.

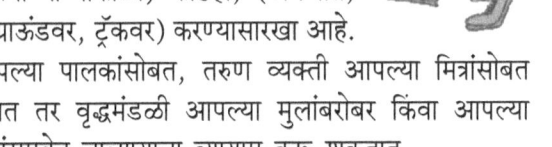

लहान मुले आपल्या पालकांसोबत, तरुण व्यक्ती आपल्या मित्रांसोबत किंवा जीवनसाथीसोबत तर वृद्धमंडळी आपल्या मुलांबरोबर किंवा आपल्या क्लबमधील सहकाऱ्यांसमवेत चालण्याचा व्यायाम करू शकतात.

व्यायाम सुरू करण्यापूर्वी स्ट्रेस टेस्ट करणे आवश्यक आहे का?

मधुमेहींनी खालील प्रसंगी स्ट्रेस टेस्ट करून घेणे हितावह ठरते.

- वय ३५ पेक्षा जास्त.
- १५ वर्षांपेक्षा जास्त कालावधीचा टाईप १ डायबेटिस.
- १० वर्षांपेक्षा जास्त कालावधीचा टाईप २ डायबेटिस.
- रक्तवाहिन्यांमध्ये दोष आढळल्यास.
- धूम्रपान, स्थूलता, उच्च रक्तदाब, लिपिड प्रोफाईलमध्ये दोष, खूप ताणतणाव इ. घातघटक असल्यास.

व्यायामाच्या बाबतीत गुंतागुंत टाळण्यासाठी काय करावे?

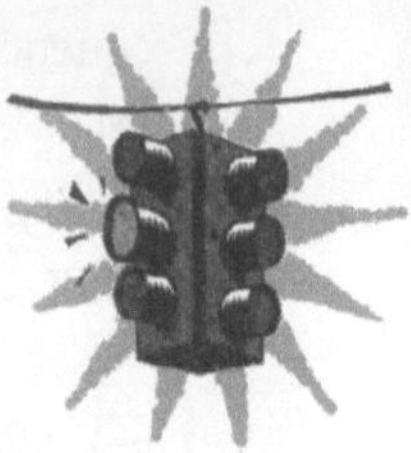

१. नियमितपणा व सातत्य ठेवावे.
२. व्यायाम अचानक सुरू करू नये. सुरू करण्यापूर्वी थोडेसे स्नायू ताणण्याचे प्रकार करावेत व व्यायाम संपवताना वेग कमी करावा. अचानक थांबू नये.
३. कडक उन्हात किंवा गारव्यात व्यायाम करू नये.
४. अतिशय तीव्र प्रकारचा थकवा आणणारा व्यायाम करू नये.
५. व्यायाम करताना स्पर्धात्मक वृत्ती नसावी.
६. व्यायामाला निघण्यापूर्वी दैनंदिन जीवनातील काळज्या, छोट्या मोठ्या चिंता यांना सोबत न घेता घरीच ठेवून निघावे.

व्यायामामुळे होणारा हायपोग्लायसेमिया टाळण्यासाठी काय करावे?

१. सुरुवातीला काही दिवस व्यायाम सुरू करण्यापूर्वी रक्तशर्करा तपासून पाहावी. कमी आढळल्यास निघण्यापूर्वी १ कप गरम चहा किंवा कॉफी व २ बिस्किटे खाऊन निघावे.
२. व्यायामाला निघताना साखरेची पुडी, एखादे फळ किंवा चॉकलेट व पाण्याची बाटली सोबत असू द्यावी.
३. व्यायामाला निघण्यापूर्वी पाणी प्यावे.
४. व्यायामापूर्वी किंवा नंतर धूम्रपान करू नये.
५. व्यायामानंतर लगेच बाष्पस्नान घेऊ नये. कारण यामुळे हृदयाची गती वाढते व रक्तशर्करा कमी होऊ शकते.
६. संध्याकाळच्या वेळेस व्यायाम करावयाचा असल्यास झोपण्याच्या २ तास आधी व्यायाम संपवावा.

व्यायाम करताना किंवा केल्यानंतर त्रास होत असल्यास धोक्याच्या सूचना कोणत्या?

१. चक्कर येणे.
२. दरदरून घाम फुटणे.
३. अतिशय थकवा येणे.
४. नाडीचे ठोके अनियमित पडणे.

५. धाप लागणे.

६. छाती, पाठ, पोट किंवा हातात दुखणे, किंवा दाटल्यासारखे वाटणे.

ही लक्षणे रक्तातील साखर कमी झाल्याची (हायपोग्लायसेमिया) किंवा हृदयविकाराची असू शकतात. तेव्हा वरीलपैकी कोणतेही लक्षण आढळल्यास त्वरित व्यायाम थांबवावा व डॉक्टरांशी संपर्क साधावा.

हायपोग्लायसेमियाचा त्रास झाल्यास काय करावे?

रक्तशर्करा कमी होत असल्याचे कोणतेही लक्षण आढळल्यास ताबडतोब व्यायाम थांबवावा. सोबत असलेली साखर किंवा चॉकलेट तोंडात टाकावे. ग्लासभर पाणी प्यावे. त्रास कमी न झाल्यास थोडा वेळ झोपावे. घराबाहेर असताना सावधगिरी म्हणून मधुमेही व्यक्तीने नेहमीच आपले नाव, पत्ता, आजार व फोन नंबर असलेले 'डायबेटिस कार्ड' सोबत बाळगावे म्हणजे अचानक त्रास झाल्यास किंवा वाटेत चक्कर येऊन पडल्यास जवळपासची मंडळी या कार्डाच्या आधारे आपणास मदत करू शकतील.

व्यायामानंतर रक्तशर्करा वाढू शकते का?

होय. क्वचित प्रसंगी व्यायामाच्या वेळी स्नायूंची ऊर्जेची आवश्यकता वाढल्यामुळे यकृतामध्ये साठविलेली साखर रक्तामध्ये सोडली जाते. या साखरेपासून ऊर्जा निर्मितीसाठी इन्शुलिन आवश्यक असते. शरीरातील इन्शुलिनची पातळी या वेळेस कमी असल्यास थोडा वेळ रक्तातील साखरेचे प्रमाण वाढू शकते.

मधुमेह व योगाभ्यास

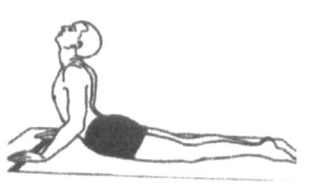

राजयोगाचे जनक पतंजली मुनींनी आपल्या अष्टांगयोगात योगाभ्यासाचे महत्त्व विस्तृतपणे नमूद केले आहे. योगाभ्यास म्हणजे फक्त आसने नसून यम, नियम, आसन, प्राणायम, प्रत्याहार, धारणा, ध्यान व समाधी या आठ पायऱ्या आहेत. आपल्या दैनंदिन जीवनात या सर्वांचा समावेश केल्यास जीवन सर्वार्थाने समृद्ध होईल व मधुमेहाच्या वाढत्या प्रमाणाला नक्कीच आळा बसेल. मनुष्याचा सर्वांगीण विकास होऊन जागतिक आरोग्य संघटनेच्या व्याख्येप्रमाणे मनुष्य शारीरिक, मानसिक, सामाजिक व आध्यात्मिक पातळींवर निरामयी जीवन निश्चितच जगू शकेल.

या ठिकाणी व्यायामाच्या संदर्भात बोलायचे म्हणजे मुख्यत्वे योगासनेच अभिप्रेत आहेत.

पतंजली मुनींनी आपल्या योगसूत्रात अगदी सरळ सोप्या व साध्या शब्दांमध्ये आसनांबद्दल काही नियम सांगितले आहेत. त्यातील काही नमूद करायचे म्हणजे-

- आसनाची व्याख्या– **'स्थिरम् सुखम् आसनम्'** अर्थात् आसन म्हणजे सुखावह व स्थिर अशी शरीराची एक निश्चित स्थिती.
- दुसरे महत्त्वाचे योगसूत्र म्हणजे **'न हठात् न बलात्'** अर्थात् आसने करताना झटक्याने किंवा जोर देऊन न करता मध्यमगतीने करावीत.
- एका स्नायूगटाला व्यायाम मिळाल्यानंतर पुढच्या आसनात त्याच्या विपरीत स्नायूगटाला व्यायाम मिळावा.
- प्रत्येक आकुंचन क्रियेनंतर प्रसरण क्रिया किंवा शिथिलीकरण असावे.

असे अनेक नियम या योगसूत्रांद्वारे आपल्याला शिकायला मिळतात. या सर्व वैशिष्ट्यांनी विभूषित योगासनांना सुदृढ व निरोगी जीवनशैलीत अनन्य साधारण स्थान आहे यात तिळमात्र शंका नाही. परंतु मधुमेह नियंत्रणात, साखरेची पातळी कमी करण्यात त्यांची उपयुक्तता किती याबद्दल मात्र निरनिराळ्या पॅथींमधील लोकांचे मतैक्य नाही. योगाने मधुमेह कायमचा बरा होतो असे काही प्रचारक सांगत असले तरीही आधुनिक विज्ञानाद्वारे असे सिद्ध झालेले नाही. तसेच यावर विश्वास न ठेवणारे तथाकथित आधुनिक लोक याला बुळबुळीत किंवा वृद्धांचा व्यायाम किंवा कमी शारीरिक क्षमतेच्या लोकांसाठी असलेला व्यायाम मानतात. परंतु योगसाधना ही आपल्या प्राचीन भारतीय संस्कृतीने दिलेला एक अमूल्य वारसा असून त्याने मधुमेह कायमचा बरा होत नसला तरी त्याच्या नियंत्रणासाठी निश्चितच ही एक उत्कृष्ट साधना आहे, एक सामर्थ्यशाली अस्त्रशस्त्र आहे. शरीराला पीळ देणारी आसने मधुमेहींच्या दृष्टीने जास्त उपयोगी मानली जातात. उदा. वक्रासन, अर्धमत्स्येंद्रासन, पश्चिमोत्तानासन, भुजंगासन, धनुरासन इत्यादी.

नियमित योगासनांचे फायदे :

१. रक्तशर्करा पातळी नियंत्रणात राहते.
२. रक्तातील मेदघटक कमी होतात.
३. ग्लायकोहिमोग्लोबिनचे प्रमाण कमी होते.
४. निरनिराळ्या स्नायूगटांना ताण मिळून शरीर लवचिक बनते. पेशींवरील इन्शुलिन रिसेप्टर्सची संख्या वाढल्यामुळे रक्तशर्करा कमी होते.

५. हृदय, फुप्फुसे, आतडी व इतर शरीरातील अवयवांना व्यायाम मिळून रक्ताभिसरण, पचन व उत्सर्जन या क्रिया सुरळितपणे होतात.
६. नलिकाविरहित ग्रंथींमधून स्रवणाऱ्या हार्मोन्सचे संतुलन राखले जाते.
७. दैनंदिन जीवनातील ताणतणाव सहन करण्याचे सामर्थ्य येऊन मन:शांती वाढते.
८. आत्मविश्वास वाढतो.
९. मनाची एकाग्रता वाढते.
१०. श्वासोच्छ्वासावर नियंत्रण येते.
११. रोज नियमितपणे सूर्यनमस्कार केल्यास बऱ्याचशा आसनांचा फायदा मिळतो.
१२. शवासनामुळे पूर्ण शरीराला व मनाला शांती मिळते.

म्हणूनच रोज मध्यमगतीने किमान अर्धा तास चालणे आणि अर्धा तास योगासने करणे हे मधुमेहींच्या दृष्टीने उत्तम.

शेवटी प्रकरण संपवता संपवता पुन्हा एकदा मधुमेहींसाठी व्यायामाबाबत काही ढोबळ सूचना—

अ. *व्यायामाच्या निवडीबाबत*
१. आपल्या वयानुसार व आवडीनुसार व्यायाम प्रकार निवडा.
२. साध्या सोप्या व्यायामाने सुरुवात करा.
३. आठवड्यातून ६ दिवस नियमितपणे व्यायाम करा.
४. आपल्या कुटुंबीयांना व मित्रांना व्यायामासाठी प्रवृत्त करा व त्यांनाही आपल्या सोबत न्या.
५. चालणे हा सर्व वयोगटांना उपयुक्त असा सोपा, सोयीस्कर व बिनखर्चाचा व्यायाम आहे.
६. कधीही अनवाणी न चालता पायाला योग्य अशी पादत्राणे निवडा.
७. व्यायाम सुरू करण्यापूर्वी FITT Principle लक्षात असू द्या.

आ. *दैनंदिन जीवनात व्यायामाला स्थान द्या.*
१. कामाच्या जागी वाहने थोडी दूर उभी करा आणि थोडे अंतर चालून जा.
२. लिफ्टऐवजी जिन्याचा वापर करा.
३. छोटी छोटी कामे आपल्या हाताखालच्या लोकांना न सांगता स्वत: करण्याचा प्रयत्न करा.

इ. *हायपोग्लायसेमियाची लक्षणे आढळल्यास त्वरित व्यायाम थांबवा.*

मधुमेहींनी रोज योगासने केली तरीही चालणे आवश्यक आहे का?

दैनंदिन जीवनामध्ये कार्य करण्यासाठी उष्मांकाची गरज असते. हे उष्मांक आपल्याला आहारातून मिळतात. आवश्यक तेवढी ऊर्जा मिळाल्यानंतर अतिरिक्त उष्मांक चरबीच्या स्वरूपात शरीरात साठवले जातात.

योगासने ही Streching किंवा Flexibility या प्रकारात मोडतात. एक तासभर योगासने केल्याने जास्त उष्मांक जळत नाही. याउलट १ तास झपाट्याने पायी चालल्याने शरीरातील अतिरिक्त उष्मांक जळून चरबीचे प्रमाण कमी होण्यास मदत होते व इन्सुलिन Sensitivity वाढून रक्तशर्करा आटोक्यात राहण्यास मदत होते. म्हणून योगासनाव्यतिरिक्त चालण्याचा व्यायाम करणे आवश्यक आहे.

■

९. मधुमेह व औषधोपचार

मधुमेहाच्या उपचार प्रणालीतील पंचसूत्रीपैकी पहिली दोन सूत्रे आपण मागील दोन प्रकरणांतून पाहिली. या सूत्रांचा अवलंब करून प्रथमावस्थेतील मधुमेह आटोक्यात राहू शकतो. परंतु दीर्घकालीन मधुमेहामध्ये किंवा निदान झाले तेव्हाच रक्तशर्करा खूप वाढलेली असल्यास त्वरित औषधोपचार सुरू करावा लागतो. या ठिकाणी आणखी एक लक्षात ठेवायचे म्हणजे मधुमेही व्यक्तीने तज्ज्ञ वैद्यकीय सल्ला न घेता दुसऱ्या मधुमेही मित्र किंवा नातेवाईकांच्या सल्ल्याने औषधोपचार घेऊ नये किंवा त्यांचे अनुकरण करू नये. कारण त्यांना चालत असलेली सर्व औषधे आपल्या बाबतीतही तितकीच गुणकारी किंवा परिणामकारक असतील असे नाही.

सुरुवातीपासूनच इन्शुलिनची इंजेक्शन्स द्यायची की, आधी गोळ्यांचा वापर सुरू करावा हे मात्र मधुमेहाचा प्रकार व निदानाच्या वेळी असलेली तीव्रता यांवर अवलंबून असते. इन्शुलिनच्या अंशतः किंवा पूर्णतः अभावामुळे किंवा अकार्यक्षम इन्शुलिनमुळे मधुमेह होतो हे आपण पाहिलेच आहे. तेव्हा उपचारपद्धतीमध्ये बाहेरून इंजेक्शनद्वारे इन्शुलिन द्यायचे की शरीरातील स्वादुपिंडाकडून जास्त इन्शुलिनची निर्मिती करून घ्यायची हे ठरवावे लागते.

टाईप १ (इन्शुलिन अवलंबी) मधुमेहींमध्ये इन्शुलिनचा पूर्ण अभाव असल्यामुळे अशा रुग्णांना आयुष्यभर इन्शुलिनची इंजेक्शन्स घ्यावी लागतात. तोंडावाटे घ्यायच्या गोळ्यांनी त्यांचे काम भागत नाही. बहुतांशी बालमधुमेही व तरुण वयातील मधुमेही या प्रकारात मोडतात.

टाईप २ (इन्शुलिन अनावलंबी) मधुमेहींमध्ये इन्शुलिनचा अंशतः अभाव असतो. त्यांचे स्वादुपिंड काही प्रमाणात इन्शुलिन तयार करते. परंतु ते शरीराची गरज भागविण्याइतक्या प्रमाणात नसते. तसेच बऱ्याच लठ्ठ मधुमेहींमध्ये इन्शुलिनचे

प्रमाण खूप असले तरी ते कार्यक्षम किंवा प्रभावी नसल्यामुळे रक्तातील ब्लडग्लुकोज आटोक्यात ठेवू शकत नाही म्हणून या दुसऱ्या प्रकारच्या (टाईप २) डायबेटिसचा उपचार करताना औषधांद्वारे स्वादुपिंडाला प्रेरणा देऊन (stimulation) इन्शुलिनची निर्मिती वाढवावी लागते किंवा इन्शुलिन रिसेप्टर्सची संख्या व कार्यक्षमता वाढवावी लागते. हे कार्य तोंडावाटे घ्यायच्या गोळ्यांनी होऊ शकते. परंतु टाईप २ मधुमेहामध्ये देखील काही प्रसंगी उदा. रक्तशर्करा खूप जास्त वाढल्यास, तीव्र जंतुसंसर्ग (severe infection) झाल्यास किंवा शस्त्रक्रियेच्या वेळी ब्लडग्लुकोज नियंत्रणासाठी काही काळापुरती इन्शुलिनची आवश्यकता भासते. तसेच दीर्घकालीन औषधांच्या वापरानंतर (साधारणपणे १० ते १५ वर्षांनी) तोंडावाटे घ्यायच्या गोळ्या ब्लडशुगर आटोक्यात ठेवण्यास असमर्थ ठरल्यास इन्शुलिनची मदत घ्यावी लागते.

तोंडावाटे घ्यायच्या गोळ्यांचे प्रकार कोणते? या गोळ्यांबाबत काही विशेष सूचना? यांचे दुष्परिणाम कोणते?

गोळ्यांच्या कार्यपद्धतीनुसार त्यांचे वेगवेगळे गट आहेत.

पॅन्क्रियाज् स्टिम्युलेटर्स (pancreas stimulators)

उदा. *सल्फोनिलयुरिया गट.*

या गटातील गोळ्यांमुळे स्वादुपिंड जास्त कार्यक्षम बनून इन्शुलिनची निर्मिती वाढते व रक्तशर्करा नियंत्रणात येते. ही गोळी रोज शक्यतो ठराविक वेळी जेवणापूर्वी घ्यावी. सल्फोनिलयुरियाच्या वापरामुळे काही व्यक्तींना हायपोग्लायसेमियाचा त्रास होतो. थोड्या लोकांमध्ये त्वचेवर पुरळ, पोटाच्या तक्रारी, पोट बिघडणे किंवा सूर्यप्रकाशात रंग काळा पडणे या प्रकारचे दुष्परिणाम दिसून येतात. डायबेनिज सोबत कधीही अल्कोहोल घेऊ नये कारण या दोन्हीच्या संयोगाने ब्लडग्लुकोज खूप कमी होऊन चक्कर वा उलटीचा त्रास होऊ शकतो.

लिव्हर कंट्रोलर्स (liver controllers)

उदा. *मेटफॉर्मिन.*

यकृतामध्ये ग्लायकोजेनपासून ग्लुकोज तयार होण्याच्या प्रकियेवर नियंत्रण ठेवून ही औषधे ब्लडशुगर आटोक्यात ठेवतात. या औषधांमुळे रक्तातील चरबीचे प्रमाणदेखील कमी होत असल्याचे आढळून आल्यामुळे स्थूल मधुमेहींना याचा विशेष फायदा होतो. ही औषधे जेवणासोबत घ्यायची असतात. यांचे विशेष दुष्परिणाम नसले तरी काही व्यक्तींमध्ये ॲसिडिटी, जळजळ व पोट

बिघडणे अशा प्रकारच्या तक्रारी दिसून येतात. परंतु साधारणपणे या औषधांनी हायपोग्लायसेमियाचा त्रास होत नाही.

इन्शुलिन सेंसिटायझर्स (insulin sensitizers)

उदा. *पायोग्लिटाझोन.*

ही औषधे इन्शुलिनला जास्त कार्यक्षम बनवितात आणि यकृताकडून येणाऱ्या ग्लुकोजच्या आयातीवर देखील निर्बंध लावतात. या दोन्हीमुळे रक्तशर्करा नियंत्रणात राहते. पायोग्लिटाझोन याच्या सेवनाने हायपोग्लायसेमियाचा त्रास होत नाही. यांच्या नियमित वापराने काहींच्या बाबतीत डोकेदुखी, हातापायाला गोळे येणे, थकवा येणे, अंगावर सूज येणे इत्यादी साईड इफेक्टस् दिसून येतात.

काही तरुण स्त्रियांमध्ये ही गोळी घेतल्यास गर्भनिरोधक गोळ्यांची कार्यक्षमता कमी होऊन गर्भधारणेची शक्यता वाढते. म्हणून अशा रुग्णांनी शक्यतो गर्भनिरोधक गोळ्यांचा वापर करू नये.

स्टार्च ब्लॉकर्स (starch blockers)

उदा. *एकार्बोज, वोग्लिबोज.*

ही औषधे पचनक्रियेत कर्बोदकांचे अभिशोषण संथ करतात. त्यामुळे जेवणानंतर साखर एकदम वाढत नाही. याचे विशेष असे साईड इफेक्टस् नसले तरी काही व्यक्तींमध्ये पोट फुगणे, गॅसेस होणे, पोटात दुखणे, पोट बिघडणे यांसारख्या पोटाच्या तक्रारी दिसून येतात. पचनसंस्थेचे विकार असलेल्यांनी ही औषधे घेऊ नयेत.

जेवताना शक्यतो पहिल्या घासाबरोबर ही गोळी घ्यावी. याच्या सेवनाने हायपोग्लायसेमिया होण्याची भीती नसते.

इतर काही नवीन प्रकार (newer pancreatic stimulators)

उदा. *रेपाग्लिनाईड.*

स्वादुपिंडाच्या कार्मक्षमतेत वाढ करून इन्शुलिनची निर्मिती वाढविली जाते व रक्तातील साखर नियंत्रणात राखली जाते. जेवणापूर्वी १५-२० मिनिटे हे औषध घ्यावे. काही कारणाने उपवास घडल्यास हे औषध घेऊ नये. या गोळ्यांनी काही व्यक्तींना हायपोग्लायसेमियाचा त्रास होऊ शकतो.

तोंडावाटे घ्यायच्या गोळ्या कोणत्या प्रसंगी घेऊ नयेत?

(Contra indications for oral antidiabetic drugs)

- तीव्र जंतुसंसर्ग झाल्यास.
- मोठी शस्त्रक्रिया करायची असल्यास काही दिवस गोळ्यांऐवजी इन्शुलिनची इंजेक्शन्स घ्यावी लागतात.

- यकृत, मूत्रपिंड किंवा हृदयविकार असलेल्या रुग्णांनाही बरीचशी तोंडावाटे घ्यायची औषधे चालत नाहीत. तेव्हा अशा रुग्णांनी डॉक्टरी सल्ल्याशिवाय गोळ्या घेऊ नयेत.
- गरोदरपणात व बाळंतपणात बाळाला दूध पाजत असताना ही औषधे घेणे योग्य नाही.

औषधाचा एखादा डोस घेण्याचे विसरल्यास पुढील वेळेस दुप्पट डोस घ्यावा का?

नाही. एखादा डोस घेण्याचे विसरल्यास २ तासांच्या आत गोळी घेणे हितावह असते, परंतु पुढील डोस घेताना डबल डोस घेतल्यास हायपोग्लायसेमियाचा त्रास होऊ शकतो.

क्वचित प्रसंगी समारंभात किंवा पार्टीत खूप जास्त खाणे झाल्यास औषधांचा डोस वाढवावा का?

मधुमेहामध्ये आहारसंतुलनाला फार महत्त्व आहे. मधुमेहींनी जास्त उष्मांक असलेले पदार्थ, फास्ट फूड, मिठाया इ. जास्त प्रमाणात खाण्याचे टाळावे. खूप इच्छा झाल्यास चवीपुरता एखादा पदार्थ खावा व त्याच्या ऐवजी तितक्या उष्मांकांचा दुसरा पदार्थ खाण्याचे टाळावे म्हणजे एकूण उष्मांकांमध्ये विशेष फरक पडणार नाही. मात्र डॉक्टरांच्या सल्ल्याशिवाय औषधांचा डोस वाढवू नये अन्यथा रक्तशर्करा नियंत्रण डळमळीत होईल.

रक्तशर्करा पातळी आटोक्यात असताना वजन कमी होण्याचे कारण काय?

सुरुवातीच्या काळात औषधोपचार सुरू झाल्यावर पुस्तकात सांगितलेल्या पंचसूत्रीचा अवलंब केल्यास आहारातील बदल व नियमित व्यायाम यामुळे काही प्रमाणात वजन कमी होऊ शकते.

तसेच Metformin औषधाचा वापर होत असल्यास त्यामुळे देखील काही व्यक्तींचे वजन कमी होते. परंतु वजन जर सतत हळूहळू कमीच होत असेल तर इतरही काही कारणांचा शोध घेणे आवश्यक आहे.

उदा. – क्षयरोग (T. B.)

– H.I.V संक्रमण / AIDS

– मूत्रपिंड निकामी होणे (किडनी फेल्युअर)

– नैराश्य

– हायपरथायरॉईडिजम (थॉयरॉइड ग्रंथीचा आजार)

मधुमेहाच्या गोळ्यांचा परिणाम काही काळाने कमी होतो का?

होय. बऱ्याच प्रौढ (टाईप२) मधुमेहींमध्ये दीर्घकालीन वापरानंतर गोळ्या परिणामकारक ठरत नाहीत. अशा वेळी रक्तशर्करेच्या नियंत्रणासाठी इन्शुलिन इंजेक्शन्सची मदत घ्यावी लागते. साधारणपणे १० वर्षे मधुमेहाच्या गोळ्या घेतल्यानंतर ५० टक्के लोकांना रक्तशर्करा आटोक्यात ठेवण्यासाठी इन्शुलिनची आवश्यकता भासते.

तोंडावाटे घ्यायच्या गोळ्यांनी ब्लडशुगर नियंत्रणात येत नाही हे कसे ओळखावे?

१. मधुमेहाची लक्षणे पुन्हा डोके वर काढू लागतात.
२. वजन कमी होण्यास सुरुवात होते.
३. रक्तातील साखरेचे प्रमाण उपाशीपोटी १४० मिग्रॅ.पेक्षा जास्त व जेवल्यानंतर २०० मिग्रॅ.पेक्षा जास्त होते.
४. गोळ्यांचा डोस वाढवूनदेखील ब्लडग्लुकोज नियंत्रणात येत नाही.

अशा वेळी रुग्णाला इन्शुलिन इंजेक्शन्स सुरू करावी लागतात. आधी घेत असलेल्या गोळ्या बंद कराव्या की त्यांच्या बरोबर इन्शुलिन सुरू करावे हे डॉक्टरी सल्ल्यानेच ठरवावे.

मधुमेहासाठी एकदा सुरू झालेले औषध किती दिवस घ्यावे लागते?

मधुमेह हा रोग पूर्णपणे बरा होऊ शकत नाही. म्हणजेच एकदा मधुमेह झाला तर त्याचा संपूर्ण नायनाट होत नाही. आपल्या शरीरातील इन्शुलिन तयार करणाऱ्या पॅंक्रियाज ग्रंथीतील बिटा पेशींमध्ये झालेल्या बिघाडामुळे आवश्यक तेवढ्या इन्शुलिनची निर्मिती होत नाही. बाहेरून गोळ्या औषधे किंवा इन्शुलिन इंजेक्शन्समुळे ही कमी भरून काढावी लागते. म्हणून आपल्याला स्वस्थ व निरामयी जीवन जगायचे असेल तर शेवटच्या श्वासापर्यंत डॉक्टरांच्या सल्ल्याने औषधोपचार सुरू ठेवावा.

नियमित औषधे घेतली तरीदेखील काही वेळा ब्लडशुगर आटोक्यात राहत नाही. त्यासाठी काय केले पाहिजे?

जेवणामध्ये आवश्यक ते बदल केले पाहिजेत.

उदा : १) कमी तेलाचा वापर. १५ मिली तेल प्रतिदिवस/प्रतिव्यक्ती. पातळभाजीवर तेलाचा तवंग नको, सुकी भाजी कागदावर ठेवल्यास कागद तेलकट होता कामा नये.

- तळलेल्या पदार्थांचे व मिष्टान्नाचे सेवन बंद करावे.
- मांसाहारी पदार्थ पूर्णपणे वर्ज्य करावेत.

२) नियमित व्यायाम – रोज तासभर पायी चालावे किंवा इतर योग्य व्यायाम करावा.

३) मानसिक ताणतणाव कमी करावा.

हे सर्व करूनही ब्लडशुगर आटोक्यात न आल्यास डॉक्टरांच्या सल्ल्याने औषधाचा डोस वाढवावा.

इन्शुलिन थेरपी

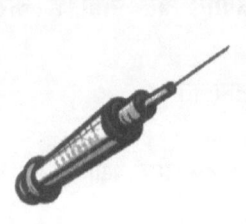

इन्शुलिनचा शोध लागण्यापूर्वी जगातील अगणित मधुमेही इन्शुलिनच्या अभावामुळे व मधुमेहाच्या दुष्परिणांमुळे अकाली मृत्युमुखी पडत. बेंटिंग आणि बेस्ट या शास्त्रज्ञांच्या जोडीने १९२१ मध्ये इन्शुलिनचा शोध लावला. या अपूर्व शोधानंतर त्यांना वैद्यकशास्त्रातील नोबेल पारितोषिकही मिळाले. इन्शुलिनच्या या अद्‌भुत शोधामुळे टाईप १च्या लाखो मधुमेहींना जीवदान तर मिळालेच, शिवाय बहुतांशी दीर्घकालीन मधुमेहींमध्ये उद्‌भवणारे भयंकर दुष्परिणामही टळले.

इन्शुलिनचा शोध लागल्यानंतर देखील त्यामध्ये आणखी सुधारणा कशी होईल यासाठी आजतागायत शास्त्रज्ञ झटत आहेत आणि टप्प्याटप्प्याने यशाची एक एक पायरी गाठत आहेत. बाजारात उपलब्ध असणाऱ्या इन्शुलिनमध्ये, शरीरात तयार होणाऱ्या इन्शुलिनइतके साम्य असावे म्हणून अविरत प्रयत्न सुरू होते जेणे करून कृत्रिम इन्शुलिनचे ॲलर्जीसारखे काही दुष्परिणाम होणार नाहीत. यातूनच १९४६मध्ये दीर्घकाळपर्यंत कार्यरत असणारे इन्शुलिन तयार झाले तर १९८२मध्ये मानवी किंवा ह्युमन इन्शुलिन तयार झाले. ह्युमन इन्शुलिन म्हणजे कारखान्यात जेनेटिक इंजिनिअरिंगच्या साहाय्याने तयार केलेले मानवसदृश इन्शुलिन.

आता इन्शुलिन पेन व इन्शुलिन पंपाच्या आविष्कारामुळे तर मधुमेहाच्या चिकित्सा पद्धतीत आमूलाग्र क्रांती घडून आली आहे व रुग्णांनी मधुमेहाशी एक मैत्रीचे नाते जोडले आहे. हसतखेळत त्याला आपलेसे करून त्याला जीवनसोबती बनविले आहे.

मधुमेहाचे निदान झाल्यावर लगेच इन्शुलिन सुरू करणे आवश्यक आहे का?

नाही. रुग्णाचे वय, निदानाच्या वेळी त्याची रक्तशर्करा पातळी, त्या वेळी असलेली लक्षणे या सर्वांचा विचार करून योग्य तो निर्णय घ्यावा लागतो.

बालमधुमेही व तरुण वयातील बहुतांशी मधुमेहींना लगेचच इन्शुलिन सुरू करावे लागते, तर प्रौढ व स्थूल मधुमेहींमध्ये आहार, व्यायाम, जीवनशैलीतील बदल यांच्याद्वारे

मधुमेह नियंत्रणात ठेवण्याचा प्रयत्न केला जातो व त्यात यश न आल्यास तोंडावाटे घेतल्या जाणाऱ्या गोळ्यांचा वापर आणि सरतेशेवटी इन्शुलिनची मदत घ्यावी लागते.

इन्शुलिन इंजेक्शन्स केव्हा सुरू करतात?

बहुतेक वेळा खालील प्रसंगी इन्शुलिन सुरू करावे लागते.

१. रक्तातील ब्लडग्लुकोज पातळी खूप जास्त झाल्यास.

२. निदानाच्या वेळी रुग्णाचे वजन खूप कमी आढळल्यास.

३. गोळ्यांनी टाईप २ डायबेटिस आटोक्यात न आल्यास.

४. मधुमेहाचे दुष्परिणाम निदानाच्या वेळीच दिसून आल्यास.

५. साखर व रक्ताम्ले यांची पातळी खूप वाढल्यास.
(किटोॲसिडोसिस / कोमा)

६. सोबत हृदयविकार, यकृत किंवा मूत्रपिंडाचे विकार असल्यास.

७. गरोदरपणात.

इन्शुलिन सुरू केल्याने काय फायदा होतो?

१. इन्शुलिन सुरू केल्याने लगेचच रक्तशर्करा नियंत्रणात येते.

२. मधुमेहाची लक्षणे बरीच कमी होतात.

३. रक्ताम्ले वाढल्यामुळे होणारे इतर दुष्परिणाम टाळता येतात.

४. वजन खूप कमी झालेले असल्यास हळूहळू वाढून सामान्य होते.

५. सहसा जंतुसंसर्ग होत नाही.

६. शस्त्रक्रियेनंतर तब्येतीत लवकर सुधारणा होते.

७. गरोदरपणात व प्रसूतीनंतर बाळ-बाळंतीण सुखरूप राहतात.

एकदा इन्शुलिन सुरू झाले की नेहमीसाठी सुरू ठेवावे लागते का?

टाईप १ (इन्शुलिन अवलंबी) मधुमेहींना आयुष्यभर इन्शुलिन घ्यावे लागते, परंतु टाईप २ (इन्शुलिन अनावलंबी) व्यक्तींमध्ये खालील प्रसंगी इन्शुलिनची आवश्यकता भासते.

- मोठी शस्त्रक्रिया करण्याची वेळ आल्यास.
- तीव्र जंतुसंसर्ग झाल्यास.
- गरोदरपणी व बाळंतपणात.
- मधुमेहामुळे होणारे दुष्परिणाम आढळल्यास.
- हृदयविकार, यकृत किंवा मूत्रपिंडाचे आजार झाल्यास.
- रक्तशर्करा खूप वाढल्याने रुग्ण कोमामध्ये गेल्यास.

रुग्ण वरील कठीण प्रसंगांतून बाहेर आल्यानंतर इन्शुलिन बंद करता येऊ शकते.

इन्शुलिन तोंडावाटे घेता येते का?

नाही. सध्यातरी इन्शुलिनच्या गोळ्या किंवा कॅप्सूल्स उपलब्ध नाहीत. इन्शुलिन हे एक प्रकारचे प्रथिन असल्यामुळे जठरातील व आतड्यातील पाचक रसांचा त्यावर परिणाम होऊन रक्तात पोहोचण्यापूर्वीच ते निष्प्रभ ठरते. म्हणून इन्शुलिन हे नेहमी इंजेक्शनद्वारेच घ्यावे लागते.परंतु गेली काही वर्षे वैद्यकीय क्षेत्रात इन्शुलिनवर इतकी संशोधने सुरू आहेत की, नजीकच्या भविष्यात नक्कीच क्रांती घडून येईल व इन्शुलिन हे कॅप्सूलद्वारे, दम्यासाठी वापरल्या जाणाऱ्या फवाऱ्यासारखे किंवा कदाचित डोळ्यांत टाकता येणाऱ्या थेंबाच्या रूपात उपलब्ध होईल असे शास्त्रज्ञांचे म्हणणे आहे.

इन्शुलिनचे विविध प्रकार आहेत का?

होय. वेगवेगळ्या प्रकारच्या इन्शुलिनची कार्यक्षमता वेगवेगळी असते. ते कसे व किती वेळ कार्य करतात, यावर त्यांचा प्रकार ठरतो. इन्शुलिनच्या कार्याची सुरुवात कधी होते, सर्वात जास्त कार्यक्षमता किती वेळात येते व त्याचा प्रभाव केव्हा ओसरतो या सर्व बाबींचा विचार करून त्यांचे प्रकार ठरतात.

इन्शुलिनची इंजेक्शन्स सुरू करण्यापूर्वी रुग्णाला त्याबद्दल काय माहिती असावी?

१. बाजारात उपलब्ध असलेले व्यापारी नाव. (Brand Name)
२. इन्शुलिन इंजेक्शन कसे घ्यावे.
३. शरीरात कोणत्या ठिकाणी, कोणत्या वेळी व दिवसातून किती वेळा इंजेक्शन घ्यावे.

हे सर्व आपल्या डॉक्टरांकडून समजावून व शिकून घेणे अतिशय आवश्यक आहे. मी येथे फक्त ढोबळ माहिती देत आहे.

टाईप १ डायबेटिसच्या रुग्णांमध्ये इन्शुलिन शरीरात तयार होत नसल्यामुळे त्यांना दिवसभरात अनेक (२/३/४) इंजेक्शन्स घ्यावी लागतात.

इन्शुलिन हे स्नायूमध्ये न घेता त्वचेखालील चरबीमध्ये घेतले जाते. यासाठी इंजेक्शन टोचण्याच्या वेगवेगळ्या जागा सुचविल्या आहेत.

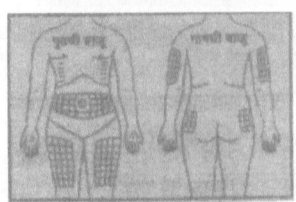

- पोटावर.
- दंडाच्या बाहेरच्या बाजूला.
- मागच्या बाजूला नितंबांमध्ये.
- मांडीत गुडघ्याच्या ४ इंच वर.

इन्शुलिन इंजेक्शन घेताना कोणती काळजी घ्यावी?

१. इन्शुलिनचे इंजेक्शन स्नायूमध्ये घेऊ नये.

२. प्रत्येक वेळी एकाच जागी इंजेक्शन न टोचता वेगवेगळी ठिकाणे निवडावीत, परंतु रोज ठराविक वेळी ठराविक भागावरच इंजेक्शन घ्यावे. (उदा. पोट, मांडी) पोटातील चरबीत दिलेल्या इन्शुलिनचे लवकर शोषण होते तर मांडीत दिलेल्या इन्शुलिनचे संथ शोषण होते. म्हणून शक्यतो दुपारच्या जेवणापूर्वी पोटावर तर रात्री झोपण्यापूर्वी मांडीवर इन्शुलिन घ्यावे म्हणजे रात्री अचानक हायपोग्लायसेमियाचा त्रास होणार नाही.

३. इन्शुलिन घेतल्यावर लगेच व्यायाम करू नये.

४. रोजची खाण्याची वेळ, अन्नाचे प्रमाण व इंजेक्शन घेण्याची वेळ ठराविक असावी, त्यामुळे ब्लडग्लुकोजचे नियंत्रण व्यवस्थित राहते.

५. काहींच्या बाबतीत इन्शुलिन सुरू केल्यानंतर वजनात वाढ होते. हे वजन खूप जास्त वाढू नये म्हणून आहार मर्यादेत ठेवणे जरुरी आहे.

६. डॉक्टरांकडून नीट शिकून घेतल्यावर मगच स्वत:चे स्वत: इंजेक्शन घ्यावे.

इन्शुलिनचे साइड इफेक्टस् (side effects) कोणते?

१. हायपोग्लायसेमिया – इन्शुलिनचा डोस जास्त झाल्यास किंवा लगेच खाणे न झाल्यास अचानक ब्लडग्लुकोज कमी होऊन हायपोग्लायसेमियाचा त्रास होऊ शकतो.

२. इन्शुलिन ॲलर्जी – प्राणिजन्य इन्शुलिन असल्यास काही व्यक्तींना ॲलर्जीचा त्रास होतो. उदा. त्वचेवर पुरळ येते किंवा खाज सुटते. काहींना श्वास घेण्यास त्रास होतो.

३. इन्शुलिन घेतलेल्या जागी छोटे खड्डे किंवा उंचवटे तयार होतात.

४. काही व्यक्तींमध्ये इन्शुलिन सुरू केल्यानंतर थोडे दिवस दृष्टी धूसर होते.

५. क्वचित प्रसंगी अंगावर सूज येऊ शकते. ही सूज बहुधा पायावर किंवा चेहऱ्यावर येते व २-३ आठवड्यांत कमी होते.

वारंवार इन्शुलिनची इंजेक्शन्स घेतल्याने त्याचा त्वचेवर काही परिणाम होतो का?

इन्शुलिनच्या वारंवार इंजेक्शनमुळे खालील परिणाम दिसून येतात.
१. इंजेक्शन दिलेल्या ठिकाणी चरबीचे प्रमाण कमी होऊन (Atrophy) त्या जागी खड्डे पडतात.
२. काही वेळा इंजेक्शन दिलेल्या ठिकाणी चरबीचे प्रमाण वाढून (Hypertrophy) उंचवटे तयार होतात. या उंचवट्यांमध्ये मज्जातंतू नसल्यामुळे ती जागा दुखत नाही. या उंचवट्यांमध्ये पुढील इंजेक्शन्स दिल्यास इन्शुलिनचे शोषण बरोबर होत नाही, म्हणून तिथे इंजेक्शन देऊ नये.

खड्डे किंवा उंचवटे असल्यास त्याने काहीही अपाय होत नाही. इंजेक्शन टोचण्याची जागा सतत बदलत राहिल्यास अशा प्रकारची शक्यता कमी होते.

जगामध्ये इन्शुलिन बनविणाऱ्या अनेक कंपन्या असल्यामुळे वेगवेगळ्या प्रकारची इन्शुलिन्स उपलब्ध आहेत. आपण कोणते इन्शुलिन कोणत्या वेळी व किती मात्रेत घ्यावे हे आपल्या डॉक्टरांना विचारूनच ठरवावे. बाजारातून इन्शुलिन विकत घेताना आपल्याला हवे असलेलेच इन्शुलिन मिळाले आहे ना याची खात्री करावी. (बाटलीवरच्या लेबलचा रंग यासाठी उपयुक्त ठरतो.) दुकानातून निघण्यापूर्वी लेबलवरील वापरावयाची अंतिम तारीख तपासून पाहावी. आतील इन्शुलिन खराब झाले नाही ना याची देखील खात्री करावी.

इन्शुलिन खराब झाले आहे हे कसे ओळखावे?

बाटलीतील इन्शुलिनचे निरीक्षण करावे. पहिल्या प्रकारचे (short acting) इन्शुलिन हे पाण्यासारखे पारदर्शक असते व इतर प्रकार धूसर असतात. इन्शुलिनची बाटली हलवून पाहिल्यास त्यातील इन्शुलिन एकसारखे थोडेसे धूसर दिसावयास हवे. इन्शुलिनचा रंग बदलल्यास किंवा त्यामध्ये गुठळ्या आढळल्यास किंवा इन्शुलिन बर्फासारखे जमा झालेले असल्यास ते खराब झाले आहे असे समजावे व त्याचा वापर करू नये.

इन्शुलिनची बाटली सुरक्षित कशी ठेवावी?

१. इन्शुलिनवर सरळ सूर्यप्रकाश पडणार नाही याची काळजी घ्यावी.
२. इन्शुलिनची बाटली शक्यतो फ्रीजमध्ये २-८ से. तापमानात ठेवावी. बर्फ तयार होतो त्या फ्रीजर

कप्प्यात ठेवू नये.

३. रेफ्रिजरेटर २४ तास चालू असावा.
४. वापरण्यापूर्वी १० ते १५ मिनिटे अगोदर बाटली फ्रीजमधून बाहेर काढावी.
५. रोजच्या वापरात असलेली इन्शुलिनची बाटली खूप उन्हाळा नसेल तर महिनाभर बाहेर ठेवली तरी चालेल. (परंतु ती थंड जागी असावी.)

सध्या बाजारात उपलब्ध असणारे इन्शुलिनचे विविध प्रकार कोणते?

- रेग्युलर/शॉर्ट ॲक्टिंग इन्शुलिन (Regular/short acting/soluble insulin). याचा परिणाम थोडा वेळ राहतो.
- लेंटे इन्शुलिन एन.पी.एच. इन्शुलिन (N.P.H.). मध्यम प्रकारचे इन्शुलिन.
- अल्ट्रालेंटे इन्शुलिन (Ultralente insulin). बऱ्याच वेळपर्यंत परिणाम करणारे इन्शुलिन.

इन्शुलिन घेण्याची विविध साधने कोणती?

इन्शुलिनचा शोध लागल्यापासून गेली कित्येक वर्षे सिरींज व सुई ही एकच पद्धत सर्वांना माहीत होती. परंतु गेल्या काही वर्षांमध्ये मधुमेहावर इतक्या प्रचंड प्रमाणात संशोधन सुरू आहे की इन्शुलिन शरीरात टोचण्याचे विविध पर्याय समोर येऊ लागले आहेत. त्यामुळे इन्शुलिन घेणे हे खूपच सोयीस्कर, कमी त्रासाचे आणि जवळजवळ वेदनारहित झाले आहे.

१. **सिरींज – सुई :** वर्षानुवर्षे वापरात असलेल्या या पद्धतीत एकाच प्रकारचे इन्शुलिन किंवा वेगवेगळ्या प्रकारचे इन्शुलिन एकत्र करून किंवा बाजारात उपलब्ध असलेले इन्शुलिनचे मिश्रण वापरून त्वचेखालील चरबीमध्ये इंजेक्शन दिले जाते.

२. **इन्शुलिन पेन :** इन्शुलिन पेन हे दिसायला आपण लिहिण्यासाठी वापरतो तशा पेनसारखे असते. त्यामध्ये शाईऐवजी इन्शुलिन व नीबऐवजी बारीक सुई असते. हे पेन दिवसभर आपल्यासोबत ठेवता येते व इन्शुलिन घ्यायची वेळ झाल्यास केव्हाही, कुठेही घेता येते. नेहमीप्रमाणे सिरींज भरण्याची गरज पडत नाही. यामधील फक्त एक कमतरता म्हणजे वेगवेगळ्या प्रकारचे इन्शुलिन या पेनद्वारे एकत्र करून घेता येत नाही.

३. **इन्शुलिन जेट इंजेक्टर्स (Insulin jet injectors) :** ज्या लोकांना इंजेक्शनच्या सुईची खूप भीती वाटते,

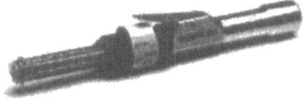

सुई पाहिल्याबरोबर चक्कर येते किंवा खूप जोरजोरात छातीत धडधड होते, अशांसाठी हा एक नवीन पर्याय आहे. यामध्ये सुईचा उपयोग न करता खूप जास्त प्रेशर वापरून इन्शुलिन त्वचेखाली सोडले जाते.

४. **इन्शुलिन पंप (Insulin pump) :** इन्शुलिन पंप हे साधारण पेजरच्या आकाराचे बॅटरीवर चालणारे यंत्र आहे. कॉम्प्युटरद्वारे प्रोग्राम करून आवश्यक तेवढे इन्शुलिन एका बारीक कॅथेटरद्वारे (नळी) हळूहळू शरीरात सोडले जाते. आवश्यकतेनुसार डोस कमी-जास्त करता येतो. दिवसभर कमी प्रमाणात तर खाण्याच्या वेळेस अधिक प्रमाणात इन्शुलिन शरीरात सोडले जाते.

५. **इन्शुलिन इन्हेलर्स (Insulin inhalers) :** इन्हेलर्स वापरून फुप्फुसाद्वारे इन्शुलिन देण्याचा प्रयत्न सुरू आहे. हे प्रयोग यशस्वी झाल्यास इंजेक्शनचा त्रास वाचेल व दम्याच्या औषधासारखे इन्शुलिन घेणे सोयीचे होईल. परंतु या पद्धतीत इन्शुलिनचा डोस हा नेहमीपेक्षा खूप जास्त लागत असल्यामुळे ते बरेच खर्चिक होण्याची शक्यता आहे.

६. **इन्शुलिन पॅच (Insulin patch) :** कॅनडामध्ये काही शास्त्रज्ञांनी इन्शुलिन पॅचचे प्रयोग प्राण्यांवर केले असून यात त्वचेवर इन्शुलिनचा पॅच लावून ते शरीरात सोडण्याचा प्रयत्न सुरू आहे.

७. **कॅप्सूल (capsule) :** केरळमधील काही शास्त्रज्ञांनी पाचकरसांचा परिणाम होणार नाही अशा कॅप्सूल शोधून काढल्या असल्याचे म्हटले जाते. हा प्रयोग यशस्वी झाल्यास इन्शुलिन कॅप्सूल्स फॉर्ममध्ये उपलब्ध होऊन तोंडावाटे घेता येईल.

८. **तोंडावाटे घेण्याचा स्प्रे (Buccal spray) :** तोंड उघडून स्प्रेच्या द्वारे इन्शुलिन देण्याचा प्रयोग अमेरिकेत सुरू आहे.

९. **अल्ट्रासांउड डिलिव्हरी (Ultra sound delivery) :** जपानमध्ये इन्शुलिन घेण्यासाठी अल्ट्रासाऊंड ऊर्जेचा उपयोग होतो असे एका पाहणीत आढळून आले आहे.

१०. **डोळ्यांत टाकायचे थेंब (Eye drops) :** प्राण्यांवर केलेल्या काही प्रयोगात इन्शुलिन हे डोळ्यांत टाकायच्या थेंबाद्वारे दिल्यास परिणामकारक ठरू शकते असेही निष्कर्ष निघत आहेत.

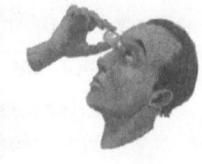

या आणि अशा अनेक संशोधनांपैकी काही निश्चितच यशस्वी होतील व मधुमेह हा सध्या जितका गंभीर व कटकटीचा आजार मानला जातो तितकी त्याची तीव्रता भविष्यात जाणवणार नाही एवढे मात्र खरे.

मधुमेहींसाठी आशेचा किरण

आज मधुमेहासाठी कोणत्याही पॅथीत निश्चित उपाय नसला तरी जगभर सुरू असलेल्या संशोधनांमुळे अनेक आशेचे किरण दिसू लागले आहेत.

१. स्वादुपिंडातील बीटा पेशींचे प्रत्यारोपण

दोन किंवा तीन दात्यांकडून स्वादुपिंडातील बीटा पेशी घेऊन त्यांचे प्रत्यारोपण टाईप १ इन्शुलिन अवलंबी मधुमेहींमध्ये करण्यात शास्त्रज्ञांना यश आले असून लवकरच याचा फायदा या प्रकारच्या मधुमेहींना मिळेल व दररोजच्या इन्शुलिन इंजेक्शनपासून त्यांची सुटका होऊ शकेल असे दृष्टिपथात आहे.

२. मधुमेह प्रतिबंधक लस

बीटा पेशींचा नाश थांबविणारे जगातील पहिले औषध तयार करण्याचे प्रयत्न यशस्वी झाले असून त्यामुळे मधुमेहाच्या निदानापासून ६ महिन्यांच्या आत या लसीचे ३ डोस घेतल्यास आजाराची प्रगती थांबविण्यात येऊ शकते व रुग्ण पुन्हा इन्शुलिन निर्मिती करू शकतो.

३. जीन थेरपी

इन्शुलिन निर्मिती नियंत्रणात ठेवणाऱ्या SHIP 2 नावाच्या जनुकाची ओळख पटली असून याच्या संशोधनाने टाईप २ मधुमेही रुग्णांना भविष्यात नक्कीच फायदा होऊ शकेल असे वर्तविले जात आहे.

मधुमेहासाठी वापरात येणारी इतर पूरक औषधे

साधारणपणे निरोगी मनुष्याच्या शरीरात विविध प्रकारच्या दैनंदिन चयापचयाच्या क्रियांमध्ये तयार होणारे फ्री रॅडिकल्स (free radicals) हे मधुमेहाच्या पेशंट्समध्ये खूप जास्त प्रमाणात तयार होतात व त्याचे दुष्परिणाम छोट्या रक्तवाहिन्या, मज्जातंतू इत्यादींवर होऊन अॅथेरोस्क्लेरोसिस, हृदयविकार, मूत्रपिंड व डोळ्यांचे विकार– विशेषत: नेत्रपटलविकार होतात. हे टाळण्यासाठी, फ्री रॅडिकल्स शरीरातून कमी करण्यासाठी, काही नैसर्गिक अन्नपदार्थांचा व औषधांचा

उपयोग केला जातो. या औषधांना प्रतिऑक्सिडीकारक (anti oxidants) असे म्हणतात.

प्रतिऑक्सिडीकारक पुरविणारे नैसर्गिक पदार्थ कोणते? बाजारात मिळणारी औषधे कोणती?

जीवनसत्त्व 'ई' – वनस्पतिजन्य तेल, निरनिराळ्या प्रकारची धान्ये व डाळी

जीवनसत्त्व 'ए' – गाजर, पपई, आंबा, टोमॅटो यांसारखी रंगीत फळे, दूध, व दुग्धजन्य पदार्थ.

जीवनसत्त्व 'सी' – आवळा, संत्रा, लिंबू यांसारखी आंबट फळे, हिरव्या पालेभाज्या

या पदार्थांमध्ये फ्री रॅडिकल्सचा नाश करणाऱ्या प्रतिऑक्सिडीकारकांचे प्रमाण जास्त असते. यांच्या सेवनाने रोगप्रतिकारशक्ती वृद्धिंगत होते व दीर्घकालीन मधुमेहामुळे होणारे दुष्परिणाम कमी होतात.

ALA व GLA (Alpha Lipoic Acid व Gamma Linoleic Acid) ही बाजारात मिळणाऱ्या काही प्रतिऑक्सिडीकारकांची नावे आहेत.

परंपरागत औषधे व वैकल्पिक चिकित्सा

मधुमेह हा एक दीर्घकालीन आजार असल्याने बाजारात उपलब्ध असलेल्या अनेक प्रकारच्या उपायांचा याला बरे करण्याकरिता प्रयोग केला जातो. मधुमेह निश्चित बरी करण्याची हमी दिली गेल्यास बरेच रुग्ण या मोहाला बळी पडून प्रचलित ॲलोपॅथी उपचार पूर्णपणे बंद करून या इतर मार्गांचा अवलंब करतात.

भारतामध्ये वर्षानुवर्षे वापरली जाणारी औषधे म्हणजे

- मेथी, गुडमार, दालचिनी, कडूनिंबाची पाने, कारल्याचा रस, इत्यादी.
- आयुर्वेदिक औषधे – विजासर, आवळकाठी, जांभळाची बी इत्यादी.

यांच्या वापराने थोड्या प्रमाणात रक्तातील साखरेची पातळी कमी होत असावी परंतु ॲलोपॅथिक औषधांऐवजी किंवा मधुमेह पूर्णपणे बरा करण्यासाठी ही औषधे निश्चितच परिणामकारक नाहीत. ही औषधे ॲलोपॅथिक औषधांबरोबर पूरक म्हणून वापरण्यास हरकत नाही.

मेथी : मेथीवर बरेच संशोधन झाले असून त्याच्या कार्यपद्धतीवर बराच प्रकाश पडला आहे. मेथ्यांमध्ये न विरघळणारा व विरघळणारा असा दोन्ही प्रकारचा चोथा असल्यामुळे अन्नाचा आतड्यातील प्रवास सावकाश होतो व

साखरेचे आतड्यातील शोषण कमी होते. तसेच स्निग्ध पदार्थांचे शोषणही मंदावते व रक्तातील चरबीचे प्रमाण घटते. मेथीचा जास्तीत जास्त फायदा होण्यासाठी रोजच्या आहारात १० ते १५ ग्रॅम मेथी घेणे आवश्यक आहे.

गुडमार : भारतामध्ये वापरल्या जाणाऱ्या परंपरागत औषधांमध्ये गुडमारला महत्त्वाचे स्थान आहे. गुडमारमुळे इन्शुलिनची निर्मिती वाढत असल्याचे मानले जाते.

दालचिनी : दालचिनीमुळे शरीरातील चरबीच्या पेशींची इन्शुलिनसाठीची संवेदनक्षमता वाढते असे म्हटले जाते. दिवसभरात पाव ते अर्धा चमचा दालचिनी चूर्ण घेतल्याने मधुमेहींना रक्तशर्करा नियंत्रणात फायदा होत असल्याचे मानले जाते.

मधुमेह नियंत्रणासाठी परंपरागत औषधांचा वापर करण्यापूर्वी लक्षात ठेवण्याजोगे काही महत्त्वाचे मुद्दे

- ज्या औषधांवर भरपूर वैद्यकीय चाचण्या झाल्या आहेत, अशाच परंपरागत औषधांचा वापर करावा कारण त्यामुळे किती टक्के लोकांमध्ये ते औषध परिणामकारक आहे यांचा अंदाज लावता येतो, औषधाच्या डोसची निश्चित मात्रा ठरविता येते व औषधांचे काही साईड इफेक्ट्स असल्यास लक्षात येतात.

परंपरागत वापरात येणाऱ्या बहुतांशी औषधांच्या अशा प्रकारच्या वैद्यकीय चाचण्या झालेल्या नसल्यामुळे याचा वापर करीत असताना रुग्णाला काही त्रास अथवा गुंतागुंत झाल्यास त्याचे नक्की कारण काय ते ठरविणे कठीण जाते म्हणून अशा प्रकारच्या परंपरागत औषधांचा वापर करायचा असल्यास खालील काळजी घ्यावी.

१. ॲलोपॅथीचे सुरू असलेले औषध अचानक बंद न करता त्यासोबतच हे नवीन औषध सुरू करावे.

२. वारंवार रक्तशर्करा तपासणी करून त्याचे निष्कर्ष तपासून पाहावे.

३. रक्ततपासणीच्या निष्कर्षावरून ग्लुकोज पातळी खूप कमी होत असल्याचे लक्षात आले तरच नियमितपणे घेत असलेल्या औषधांचा डोस तज्ज्ञ डॉक्टरांच्या सल्ल्यानुसार हळूहळू कमी करावा.

४. रक्तशर्करा नियंत्रणात विशेष फरक न आढळल्यास किंवा इतर काही लक्षणे उद्भवल्यास हे नवीन सुरू केलेले औषध बंद करावे.

ॲक्युप्रेशर, ॲक्युपंक्चर किंवा रेकी या इतर वैकल्पिक चिकित्सा पद्धतींचा उपयोग करण्यापूर्वीदेखील वर नमूद केलेले सर्व मुद्दे लक्षात घ्यावे.

१०. मधुमेहाचे दुष्परिणाम

आपल्या शरीरात सर्व अवयवांना, तसेच सूक्ष्म, अतिसूक्ष्म पेशींना ऊर्जेसाठी रक्तपुरवठा करणारा जादुई पंप एकच आहे आणि तो म्हणजे हृदय. हा पंप मनात अजिबात भेदभाव न करता प्रामाणिकपणे सर्वत्र एकाच प्रकारचे रक्त पुरवतो. आता या रक्तात जर साखरेची पातळी वाढलेली असेल तर हे गोड रक्तच सर्व पेशींना मिळते. त्यामुळे शरीरातील सर्वच अवयवांवर मधुमेहाचे दुष्परिणाम दिसून येतात.

हे दुष्परिणाम आपल्याला दोन गटांत विभागता येतील. एक म्हणजे अचानक घडून येणारे दुष्परिणाम व दुसरे म्हणजे दीर्घकालीन मधुमेहामुळे होणारे दुष्परिणाम.

अचानक होणाऱ्या गुंतागुंती

१. हायपोग्लायसेमिया

२. किटोॲसिडोसिस

हायपोग्लायसेमिया म्हणजे रक्तातील साखर खूप कमी होणे व हायपरग्लायसेमिया म्हणजे रक्तातील साखरेचे प्रमाण खूप जास्त होणे. या दोन्ही परिस्थिती अतिशय धोकादायक असून दोन्ही वेळा मनुष्य बेशुद्ध पडण्याची शक्यता असते व वेळीच उपचार न झाल्यास रुग्ण दगावण्याचाही संभव असतो.

दीर्घकालीन मधुमेहामुळे होणारे दुष्परिणाम

अ. अतिसूक्ष्म रक्तवाहिन्यांना इजा झाल्याने उद्‌भविणारे विकार–

- **रेटायनोपॅथी –** डोळ्यांतील नेत्रपटलावरील रक्तवाहिन्यांना दुखापत.
- उच्च रक्तदाब.
- मूत्रपिंडाचे विकार.
- मज्जासंस्थेचे विकार.

- पावलाची जखम बरी न होता अल्सर होणे.

आ. मोठ्या रक्तवाहिन्यांवर परिणाम झाल्याने होणारे दुष्परिणाम
- हृदयविकार.
- पक्षाघात.
- जास्त चालल्याने पायात गोळे येऊन पाय दुखणे.

इ. जंतुसंसर्ग
- वारंवार मूत्रसंस्था व गुप्तांगांचा जंतुसंसर्ग.
- त्वचारोग.
- फंगल इन्फेक्शन्स.

ई. इतर परिणाम
- अकाली मोतीबिंदू.

हायपोग्लायसेमिया

हायपोग्लायसेमिया म्हणजे काय?

हायपोग्लायसेमिया म्हणजे रक्तातील साखरेची पातळी खूप कमी होणे. मधुमेहाच्या रुग्णांमध्ये बऱ्याच वेळा आढळणारी ही गुंतागुंत आहे.

हायपोग्लायसेमिया कोणत्या मधुमेहींमध्ये जास्त प्रमाणात आढळून येतो?

१. लहान मुलांमध्ये किंवा उतारवयात
२. हृदयविकार, मूत्रपिंडविकार व यकृताचे आजार असलेल्यांमध्ये
३. खाण्याच्या वेळांकडे दुर्लक्ष करणाऱ्यांमध्ये
४. ज्या व्यक्तींना जास्त श्रमाची कामे करावी लागतात अशा व्यक्तींमध्ये
५. वारंवार उपवास करणाऱ्यांमध्ये हायपोग्लायसेमिया होण्याची संभावना जास्त असते.

अचानक हायपोग्लायसेमिया होण्याची कारणे कोणती?

१. जेवायला उशीर होणे किंवा अचानक उपवास घडणे
२. इन्शुलिनचे प्रमाण जास्त होणे
३. औषधांच्या वेळापत्रकात बदल होणे
४. इन्शुलिनच्या निवडीत बदल
५. दुसऱ्या कारणासाठी घेतल्या गेलेल्या औषधांच्या, नियमित घेतल्या जाणाऱ्या गोळ्यांबरोबर होणाऱ्या रासायनिक क्रिया
६. इन्शुलिन त्वचेखाली न देता, स्नायूमध्ये दिल्यास

७. अचानक खूप श्रम करावे लागल्यास हायपोग्लायसेमियाचा त्रास होऊ शकतो.

कोणत्या वेळी हायपोग्लायसेमिया होण्याची शक्यता जास्त असते?

हायपोग्लायसेमिया कोणत्याही वेळी होऊ शकतो परंतु साधारणपणे जेवणापूर्वी, खूप व्यायाम किंवा अतिश्रमाची कामे केल्यास किंवा इन्शुलिनचा जास्त प्रभाव ज्या वेळी असतो तेव्हा, तसेच काही वेळा झोपेतही हायपोग्लायसेमियाचा त्रास होऊ शकतो.

हायपोग्लायसेमियाची लक्षणे कोणती?

आपल्या मेंदूला ऊर्जेसाठी सतत ग्लुकोजची आवश्यकता असते. ग्लुकोजशिवाय काही मिनिटांतच तो निष्क्रिय होतो. त्यामुळे बहुतांशी रुग्णामंध्ये रक्तातील साखरेची पातळी ५० मि.ग्रॅ. पेक्षा खाली जाताच खालील लक्षणे दिसून येतात –

- दरदरून घाम येणे.
- शरीर थंडगार पडणे.
- डोळ्यांसमोर अंधारी येणे, संभ्रमावस्था.
- हातापायांना मुंग्या येणे.
- छातीत धडधडणे.
- पोटात खड्डा पडल्यासारखे वाटणे.

साखरेची पातळी ३५ मिग्रॅ.पेक्षा खाली गेल्यास मेंदूवर परिणाम होऊन गंभीर लक्षणे आढळतात. उदा.

खूप भूक लागणे

संभ्रमावस्था

दरदरून घाम येणे

शरीर थंडगार पडणे

छातीत धडधड

डोळ्यांसमोर अंधारी

- झटके किंवा फिट येणे (convulsions).
- वेळीच औषधोपचार न झाल्यास बेशुद्ध पडणे.

हायपोग्लायसेमियामुळे नेहमीच मूर्च्छा येते का?

नाही. बहुतेक वेळा हायपोग्लायसेमियाची सुरुवातीची लक्षणे मधुमेहीच्या लक्षात येतात व त्यामुळे योग्य तो उपचार ताबडतोब केल्यास फिट येणे, मूर्च्छा येणे किंवा बेशुद्ध होणे अशा गुंतागुंती होण्यापूर्वीच मनुष्य सावरला जातो.

परंतु सुरुवातीच्या लक्षणांकडे दुर्लक्ष केल्यास अचानक अपघाताची शक्यता वाढते. रस्त्यावर वाहन चालविताना अपघात होतात किंवा जिना उतरताना तोल जाऊन इजा होण्याचा संभव असतो. म्हणूनच सुरुवातीच्या लक्षणांकडे दुर्लक्ष न करता योग्य ते पाऊल उचलावे.

हायपोग्लायसेमिया झाल्यास कोणते प्रथमोपचार करावेत?

मधुमेही व्यक्तीने नेहमीच आपल्यासोबत साखर, चॉकलेट्स किंवा गोड बिस्किटे ठेवावीत. हायपोग्लायसेमियाची लक्षणे आढळल्यास करत असलेले काम त्वरित थांबवावे. सोबत असलेली साखर, चॉकलेट किंवा जवळपास उपलब्ध असल्यास गोड चहा घ्यावा. थोडा वेळ विश्रांती घेऊन परत एकदा ४-६ चमचे साखर खावी. बरे वाटू लागल्यास काही वेळाने हलका नाश्ता करावा.

जर रुग्ण काहीही खाण्याच्या परिस्थितीत नसेल तर त्याला हॉस्पिटलमध्ये नेऊन शिरेवाटे ग्लुकोजचे इंजेक्शन द्यावे लागते किंवा ग्लुकागॉनचे इंजेक्शन देण्याची गरज पडते. ग्लुकागॉन हे स्वादुपिंडातील अल्फा पेशींद्वारे तयार होणारे हार्मोन असून रक्तातील साखरेचे प्रमाण वाढविण्याचे काम करते म्हणजेच ग्लुकागॉनची ॲक्शन ही इन्शुलिनच्या विपरीत असते.

ग्लुकागॉन हे पावडरच्या स्वरूपात उपलब्ध असते व पेशंटला देण्यापूर्वी ते योग्य प्रकारे तयार करावे लागते. जास्त मद्यपान करणाऱ्या मधुमेहींना बहुधा ग्लुकागॉनचा फायदा होत नाही कारण त्यांच्या यकृतात ग्लुकोजचा विशेष साठा नसतो.

हायपोग्लायसेमिया अनअवेअरनेस (hypoglycemia unawareness) म्हणजे काय?

काही काही वेळा हायपोग्लायसेमिया झाला तरीही काही व्यक्तींमध्ये त्या प्रमाणात लक्षणे दिसून येत नाहीत. यालाच hypoglycemia unawareness असे म्हणतात. मज्जातंतूंना झालेल्या इजेमुळे लक्षणांकरिता जबाबदार असलेल्या ॲड्रिनॅलीन हार्मोनची रक्तातील पातळी कमी राहिल्यामुळे सर्वसामान्यपणे आढळून येणारी लक्षणे अशा वेळी दिसून येत नाहीत. अशा वेळी बहुधा बोलण्याचा वेग कमी होऊन मनाची एकाग्रता कमी होते.

हायपोग्लायसेमिया टाळण्यासाठी काय करावे?

१. जेवायला उशीर न करता ठरलेल्या वेळी जेवावे.
२. जास्त श्रमाची कामे करायची असल्यास त्यापूर्वी संपृक्त कर्बोदके असलेला नाश्ता जरूर घ्यावा.
३. इन्शुलिन इंजेक्शन्स शक्यतो हातामध्ये घेऊ नये.
४. इन्शुलिनचा परिणाम सर्वाधिक असेल अशा वेळी व्यायाम करू नये.
५. ह्युमन इन्शुलिनचे परिणाम लवकर येत असल्याने या प्रकारचे इन्शुलिन सुरू केल्यास जेवणापूर्वी फक्त १५ मिनिटे अगोदर इंजेक्शन घ्यावे.
६. यकृत किंवा मूत्रपिंड यांचे विकार असल्यास 'सल्फोनिलयुरिया' गटातील औषधांचा वापर करू नये.
७. मद्यपान करू नये.
८. रक्तशर्करा पातळी नियमितपणे तपासत राहावी.

डायबेटिक ओळखपत्र म्हणजे काय? त्याचे महत्त्व काय?

प्रत्येक मधुमेहीने आपला नाव, पत्ता, घरचा व डॉक्टरांचा फोन नं. असलेले कार्ड नेहमी खिशात बाळगावे. यावर आपण मधुमेही असल्याचे नोंदवावे व त्यावर आपल्या आजाराविषयी थोडक्यात माहिती असावी. अशा प्रकारचे कार्ड जवळ बाळगण्याने निश्चितच फायदा होतो व वेळीच मदत मिळाल्यामुळे प्राण गमवावे लागत नाहीत. (डायबेटिक कार्डचा एक नमुना मागे परिशिष्टामध्ये दिला आहे.)

झोपेत हायपोग्लायसेमिया झाल्याचे कसे ओळखावे?

- रात्री शांत झोप न लागता बेचैनी वाटल्यास
- सकाळी अंथरूण ओलसर वाटल्यास

- सकाळी उठल्यावर डोके दुखत असल्यास किंवा थकवा जाणवत असल्यास झोपेत हायपोग्लायसेमिया झाल्याची शक्यता समजावी व आपल्या डॉक्टरांचा सल्ला घ्यावा.

डायबेटिक किटोॲसिडोसिस

डायबेटिक किटोॲसिडोसिस म्हणजे काय?

मधुमेह जर आटोक्याबाहेर गेला तर खूप जास्त वाढलेल्या साखरेचा ऊर्जेसाठी उपयोग होत नाही व अशा वेळी शरीरातील चरबीचे विघटन होऊन तिचा ऊर्जेसाठी वापर केला जातो. या प्रक्रियेत किटोन्स (आम्ले) तयार होऊन ती मूत्रावाटे व श्वासाद्वारे बाहेर टाकली जातात. या स्थितीला किटोॲसिडोसिस म्हणतात. ही एक आपद्कालीन परिस्थिती समजून त्यावर तातडीने उपचार करणे आवश्यक असते. टाईप १ च्या इन्शुलिन अवलंबी मधुमेहींमध्ये ही गुंतागुंत जास्त प्रमाणात दिसून येते.

कोणकोणत्या प्रसंगी किटोॲसिडोसिस होण्याची शक्यता जास्त असते?

- गंभीर आजारपणात.
- अचानक मानसिक दडपण आल्यास.
- तीव्र जंतुसंसर्ग झाल्यास.
- वजन खूप कमी झाल्यास.

किटोॲसिडोसिस होण्याची शक्यता वाढते.

डायबेटिक किटोॲसिडोसिसची लक्षणे कोणती?

१. मळमळ किंवा उलटी होणे.
२. पोटात दुखणे.
३. वारंवार लघवी व खूप तहान लागणे.
४. मानसिक संभ्रम.
५. फळांचा वास असलेला अतिजलद श्वास.

हायपोग्लायसेमियामुळे उद्‌भवलेला कोमा व किटोॲसिडोसिसमुळे आलेला कोमा यांतील फरक कसा ओळखावा?

हायपो कोमा	किटोॲसिडोसिस कोमा
१. अचानक बेशुद्धावस्था	१. काही दिवसांच्या आजारानंतर
२. इन्शुलिनचा डोस जास्त झाल्याने	२. इन्शुलिनचा डोस कमी झाल्याने किंवा टळल्याने.

हायपो कोमा	किटोॲसिडोसिस कोमा
३. उपवास घडल्याने	३. जास्त खाणे झाल्याने.
४. ओठांना आणि बोटांना सुन्नपणा किंवा मुंग्या.	४. ओठ कोरडे पडतात.
५. सहसा उलटी होत नाही.	५. बहुधा उलटी होते.
६. तहान व लघवी सामान्य.	६. घशाला कोरड व वारंवार लघवी.
७. सामान्य श्वास.	७. फळांचा दर्प असलेला विशिष्ट श्वास.
८. पोटदुखीची तक्रार नसते.	८. पोटदुखीची तक्रार असू शकते.
९. लघवीत साखर व किटोन्स नसतात.	९. लघवीत साखर व किटोन्स असतात.
१०. रक्तशर्करा पातळी नॉर्मलपेक्षा कमी.	१०. रक्तशर्करा पातळी खूप जास्त.
११. तोंडावाटे ग्लुकोज दिल्यास पेशंटला बरे वाटते.	११. तोंडावाटे ग्लुकोजचा काही परिणाम होत नाही.

किटोन्ससाठी कोणी, केव्हा व कशी तपासणी करावी?

आजारपणात, मोठी जखम किंवा इजा झाल्यास, इतर कोणत्याही कारणाने रक्तशर्करा खूप वाढल्यास किटोन्ससाठी लघवी तपासून पाहावी. तसेच गरोदरपणात मधुमेह असल्यास नियमितपणे लघवी तपासून किटोन्स आहेत किंवा नाही याची खात्री करून घ्यावी.

बाजारात केमिस्टकडे मिळणाऱ्या पट्ट्यांद्वारे लघवीतील किटोन्सचे प्रमाण घरच्या घरी पाहता येते. ग्लुकोज तपासणीसाठी मिळणाऱ्या पट्ट्यांसारख्याच या पट्ट्या असतात व तपासणीची पद्धतदेखील अगदी सोपी असते.

किटोन्स टेस्ट पॉझिटिव्ह आल्यास तातडीने त्याकडे लक्ष पुरविणे आवश्यक आहे. किटोन्स आढळल्यास सर्वप्रथम ब्लडग्लुकोज पातळी तपासून घ्यावी. तीदेखील खूप जास्त असल्यास ताबडतोब हॉस्पिटलमध्ये जाऊन ॲडमिट व्हावे म्हणजे ही भयंकर परिस्थिती नियंत्रणात येईल. अन्यथा रुग्ण कोमातही जाऊ शकतो. (हॉस्पिटलमध्ये जाण्यापूर्वी घरच्या घरी प्रथमोपचार म्हणून भरपूर पाणी प्यावे.)

लॅक्टिक ॲसिडोसिस म्हणजे काय?

रक्तातील लॅक्टिक ॲसिडचे प्रमाण वाढल्यास त्याला लॅक्टिक ॲसिडोसिस म्हणतात. शरीरातील पेशी ऊर्जा उत्पन्न करण्यासाठी जेव्हा ग्लुकोजचा वापर करतात तेव्हा लॅक्टिक ॲसिड तयार होते. जर खूप अधिक प्रमाणात लॅक्टिक

ॲसिड तयार झाले तर ते पूर्णपणे उत्सर्जित न होता रक्तातच साठत जाते. यामुळे श्वास खूप जलद व खोल होतो. उलटीचा व पोटदुखीचा त्रास होतो. डायबेटिक किटोॲसिडोसिसमध्ये बहुधा लॅक्टिक ॲसिडोसिस असतेच.

दीर्घकालीन मधुमेहामुळे होणारे दुष्परिणाम

वाढलेल्या रक्तशर्करा पातळीमुळे शरीरातील विविध इंद्रियांतील पेशी आपापले कार्य व्यवस्थितपणे करू शकत नाहीत. आवश्यक ती रसायने, हार्मोन्स योग्य प्रमाणात तयार होत नाहीत. ऊर्जेसाठी आवश्यक तेवढा आहार पेशींना मिळत नाही व शरीरातील झालेली झीज देखील भरून निघत नाही.

वाढलेल्या रक्तशर्करेमुळे किती प्रमाणात व किती जलद गुंतागुंती निर्माण होतील हे मुख्यत्वे दोन गोष्टींवर अवलंबून असते.

१. रक्तशर्करेची पातळी.
२. मधुमेहाचा कालावधी.

दीर्घ कालावधीचा मधुमेह असल्यास व रक्तशर्करेची पातळी सतत उच्च असल्यास दुष्परिणाम अधिक प्रमाणात दिसून येतात.

दीर्घकालीन मधुमेहामुळे मुख्यत्वे सूक्ष्म रक्तवाहिन्या व मज्जातंतूंवर विपरीत परिणाम होतो. या दोन्हींचे जाळे शरीरात सर्वत्र सर्वच इंद्रियांमध्ये पसरलेले असल्यामुळे अनुषंगाने हृदय, मेंदू, मूत्रपिंड, डोळा ही अतिमहत्त्वाची इंद्रियेदेखील खराब होतात.

या बाबतीत महत्त्वाची गोष्ट म्हणजे मधुमेह उपचार पद्धतीतील पंचसूत्री उपचार प्रणालीचा अवलंब करून जीवनशैलीत आवश्यक ते बदल केल्यास बऱ्याच प्रमाणात हे दुष्परिणाम टाळता येतात किंवा निदान बरीच वर्षे पुढे ढकलता येतात. या गुंतागुंतींना सुरुवात झाल्यास काही धोक्याच्या सूचनांमुळे ती ओळखली जाऊ शकतात.

धोक्याच्या सूचना

- दृष्टी धूसर होणे.
- चालताना पायात गोळे येणे.
- हातापायांना मुंग्या येणे.
- जास्त काम केल्यास छातीत दुखणे.
- वरचेवर डोकेदुखीचा त्रास होणे.
- जखम लवकर बरी न होणे.

११. लिपिड प्रोफाईल

लिपिड प्रोफाईल (Lipid Profile) म्हणजे काय?

लिपिड प्रोफाईल म्हणजे मेदघटक. मेद म्हणजे रक्तातील चरबी. या चरबीचे वेगवेगळे घटक म्हणजे मेदघटक. सर्वांना सुपरिचित असलेला शब्द म्हणजे लिपिड प्रोफाईल. लिपिड प्रोफाईलचे कोलेस्टेरॉल व ट्रायग्लिसेराइड्स असे मुख्यत्वे २ भाग असतात. कोलेस्टेरॉलचेही एकूण कोलेस्टेरॉल, चांगले कोलेस्टेरॉल (HDL-C), वाईट कोलेस्टेरॉल (LDL-C) असे वेगवेगळे प्रकार असतात. निरोगी व्यक्तीमध्ये असलेले विविध घटकांचे प्रमाण हे मधुमेहामध्ये अस्थिर होते व त्यामुळे मधुमेहींमध्ये लठ्ठपणा व हृदयविकाराची शक्यता वाढते.

विविध प्रकारचे मेदघटक (Lipid Profile) कोणते?

मेदघटकांचे विविध प्रकार –
१. एकूण कोलेस्टेरॉल.
२. HDL कोलेस्टेरॉल.
३. LDL कोलेस्टेरॉल.
४. VLDL कोलेस्टेरॉल
५. ट्रायग्लिसेराइड्स.

यांपैकी HDL कोलेस्टेरॉल हे चांगले किंवा शरीराला उपयोगी कोलेस्टेरॉल असून बाकीचे सर्व खराब कोलेस्टेरॉल म्हणून ओळखले जातात. लिपिड प्रोफाईलची तपासणी करताना १२-१४ तास उपाशी राहणे आवश्यक आहे. आदल्या दिवशी रात्री नेहमीसारखे भोजन करून सकाळी चहा-कॉफी न घेता (पाणी चालते) लिपिड प्रोफाईलच्या तपासणीसाठी लॅबोरेटरीमध्ये जावे.

कोलेस्टेरॉल म्हणजे काय?

कोलेस्टेरॉल हा शरीराला आवश्यक असणारा मेदयुक्त पदार्थ. पेशींचे आवरण तयार करण्यासाठी, झीज भरून काढण्यासाठी व शरीरात तयार होणाऱ्या विविध ग्रंथीस्रावांसाठी (hormones) कोलेस्टेरॉलची आवश्यकता असते. थोड्या प्रमाणात ते शरीरात यकृतामध्ये तयार होते तर दूध व इतर प्राणिजन्य पदार्थांपासून मिळणारे कोलेस्टेरॉल आपल्या आहारातून मिळते. वनस्पतिजन्य पदार्थांमध्ये कोलेस्टेरॉल नसते. खूप जास्त प्रमाणात स्निग्ध पदार्थ खाल्ल्यास शरीरात त्याचे रूपांतर कोलेस्टेरॉलमध्ये होते.

कोलेस्टेरॉल वाढण्याची कारणे काय?

आनुवंशिकता, वाढते वय, पुरुष वर्ग, लठ्ठपणा, आहारातील चरबीयुक्त पदार्थ, व्यायामाचा अभाव व दैनंदिन कामाचे स्वरूप (बैठी कामे) इत्यादी कारणांमुळे रक्तातील कोलेस्टेरॉलचे प्रमाण वाढते.

वाढलेल्या कोलेस्टेरॉलमुळे धोका काय?

रक्तातील कोलेस्टेरॉलची पातळी ही २०० मिग्रॅ.% पेक्षा कमी असावी. ही पातळी जसजशी वाढत जाते तसतशी शरीराला जास्त अपायकारक ठरते. कोलेस्टेरॉलचे प्रमाण १ मिग्रॅ.% ने वाढल्यास हृदयविकाराची शक्यता २% ने वाढते. वाढलेल्या कोलेस्टेरॉलची पुटे रक्तवाहिन्यांच्या आतल्या आवरणावर चढत जातात. यालाच ॲथेरोस्क्लेरोसिस असे म्हणतात. ॲथेरोस्क्लेरोसिसमुळे रक्तवाहिनी जास्त अरुंद होत जाते. ही अरुंदी एका विशिष्ट मर्यादेबाहेर गेली की आतील पोकळी (lumen) बंद होऊन हृदयाचा रक्तपुरवठा थांबतो व हृदयविकाराचा झटका येतो. म्हणून कोलेस्टेरॉल कमी करण्यासाठी रोजच्या आहारात कमीत कमी स्निग्ध पदार्थ व जास्तीत जास्त तंतुमय पदार्थ असतील याची काळजी घ्यावी.

HDL कोलेस्टेरॉल म्हणजे काय?

HDL म्हणजे High density lipoproteins. याला चांगले कोलेस्टेरॉल म्हणून ओळखले जाते. कारण रक्तातील याचे प्रमाणे जितके जास्त तितके हृदय सुरक्षित व हार्ट अटॅक येण्याची शक्यता तितकी कमी! रक्तातील इतर खराब कोलेस्टेरॉल (LDL-C) काढून त्यास यकृतामध्ये पोहोचविण्याचे महत्त्वाचे कार्य HDL कोलेस्टेरॉल करते. त्यामुळे रक्तवाहिन्या खुल्या राहून हृदयविकाराची शक्यता कमी होते. म्हणून HDL कोलेस्टेरॉलचे रक्तातील प्रमाण वाढवून

'एकूण कोलेस्टेरॉल भागिले HDL कोलेस्टेरॉल' हा भागाकार ४पेक्षा कमी ठेवण्याचा प्रयत्न करावा.

HDL कोलेस्टेरॉलची रक्तातील पातळी वाढविण्यासाठी काय करावे?

निरोगी माणसाच्या रक्तात HDL कोलेस्टेरॉलचे प्रमाण ४० ते ६० मिग्रॅ.% असावे. पुरुषांमध्ये हे ४० मिग्रॅ.% च्या वर तर स्त्रियांमध्ये ५० मिग्रॅ.% पेक्षा जास्त असल्यास हृदयविकाराची शक्यता कमी होते. म्हणून HDL चे रक्तातील प्रमाण जास्तीत जास्त वाढविण्याचा प्रयत्न करावा.

यासाठी खालील उपाय उपयुक्त ठरतात.

- भरभर चालणे, धावणे, सायकलिंग, पोहणे, एरोबिक्स यांसारखा व्यायाम नियमितपणे रोज किमान अर्धा तास, आठवड्यातून ६ दिवस करावा.
- लठ्ठपणा घालवावा.
- धूम्रपान बंद करावे.
- मद्यपान टाळावे.
- तंतुमय पदार्थ (Fibers) जास्त असलेल्या भाज्या, डाळी व फळे यांचा आहारात समावेश केल्यास HDL कोलेस्टेरॉलचे प्रमाण वाढण्यास मदत होते. प्रत्येक व्यक्तीच्या आहारात रोज साधारणपणे ६०० ग्रॅम भाज्या व फळे असणे आवश्यक आहे.

ट्रायग्लिसेराइड्स म्हणजे काय?

ट्रायग्लिसेराइड्स म्हणजे स्निग्ध पदार्थांचा एक प्रकार. वनस्पतिजन्य व प्राणिजन्य पदार्थापासून मिळणारी ही साधी स्निग्धाम्ले होत. वनस्पतिजन्य तेलांमध्ये असंपृक्त (Unsaturated) स्निग्धाम्ले असून ती खोलीच्या तापमानात (room temperature) द्रवरूप असतात. प्राणिजन्य पदार्थापासून मिळणारी स्निग्धाम्ले ही संपृक्त (saturated) प्रकारची असून खोलीच्या तापमानात थिजून जातात. भारतीय वंशाच्या लोकांमध्ये, विशेषतः पुरुषवर्गामध्ये ट्रायग्लिसेराइड्सचे प्रमाण जास्त असल्याचे दिसून येते. (यालाच common Indian pattern असे म्हणतात.) म्हणून त्यांच्या बाबतीत हृदयविकाराची शक्यता जास्त असते. हे टाळण्यासाठी ट्रायग्लिसेराइड्सची रक्तातील पातळी १५० मिग्रॅ.% पेक्षा कमी ठेवणे आवश्यक आहे.

शाकाहारी व्यक्तींच्या आहारात बहुतांशी स्निग्ध पदार्थ हे ट्रायग्लिसेराइड्सच असतात. रासायनिक दृष्ट्या ट्रायग्लिसेराइड्स म्हणजे ग्लिसेरॉल व स्निग्धाम्ले

यांचे मिश्रण. (glycerol + fatty acids) वेगवेगळ्या ट्रायग्लिसेराइड्समध्ये ही स्निग्धाम्ले वेगवेगळी असतात.

स्निग्धाम्लांचे प्रकार –

संपृक्त स्निग्धाम्ले – (saturated fatty acids)
उदा. दुग्धजन्य पदार्थ, अंडी, मांस, नारळाचे तेल, पाम तेल.
असंपृक्त स्निग्धाम्ले – (unsaturated fatty acids)
उदा. पाम तेल व नारळ तेल सोडून इतर बाकी वनस्पतिजन्य तेल.

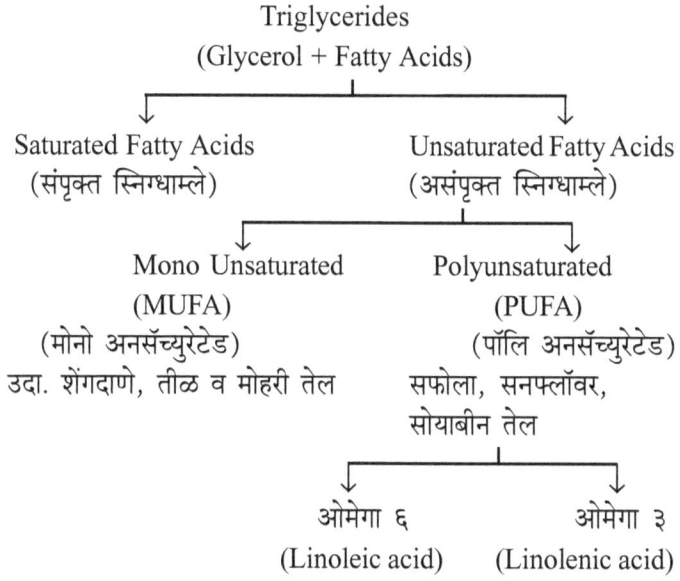

Triglycerides
(Glycerol + Fatty Acids)

- Saturated Fatty Acids (संपृक्त स्निग्धाम्ले)
- Unsaturated Fatty Acids (असंपृक्त स्निग्धाम्ले)
  - Mono Unsaturated (MUFA) (मोनो अनसॅच्युरेटेड) उदा. शेंगदाणे, तीळ व मोहरी तेल
  - Polyunsaturated (PUFA) (पॉलि अनसॅच्युरेटेड) सफोला, सनफ्लॉवर, सोयाबीन तेल
    - ओमेगा ६ (Linoleic acid)
    - ओमेगा ३ (Linolenic acid)

असंपृक्त स्निग्धाम्लांपैकी 'ओमेगा ६' व 'ओमेगा ३' ही स्निग्धाम्ले आपल्या आहारात ५:१ या प्रमाणात असावीत. 'ओमेगा ३' वाढविण्यासाठी हिरव्या भाज्या, सालीसकट कडधान्ये आणि बीन्स यांचे प्रमाण आहारात वाढवावे.

दूध, तूप, लोणी या पदार्थांमध्ये संपृक्त स्निग्धाम्ले जास्त असल्यामुळे शरीरात त्यांचे रूपांतर कोलेस्टेरॉलमध्ये होते. म्हणून दूध व दुग्धजन्य पदार्थ टाळावेत व शक्यतो साय काढलेल्या दुधाचा वापर करावा.

LDL कोलेस्टेरॉलचे दुष्परिणाम काय?

LDL म्हणजे Low Density Lipoproteins. हे खराब प्रकारचे कोलेस्टेरॉल

होय. याचे रक्तातील प्रमाण वाढल्यास ते रक्तवाहिन्यांच्या आतील आवरणाला चिकटते व 'ॲथेरोस्क्लेरोसिसच्या' प्रक्रियेला चालना देते. म्हणून याची पातळी १३० मिग्रॅ.%पेक्षा कमी असावी.

मधुमेहीमध्ये कोणत्या प्रकारचे दोष आढळतात?

- ट्रायग्लिसेराइड्समध्ये वाढ.
- वाईट (LDL) कोलेस्टेरॉल मध्ये वाढ.
- चांगल्या (HDL) कोलेस्टेरॉल मध्ये घट.

दृश्य व अदृश्य चरबी म्हणजे काय?

रोजच्या खाण्यातले तेल, तूप, लोणी, साय यांसारखे साध्या डोळ्यांनी दिसणारे स्निग्ध पदार्थ म्हणजे दृश्य चरबी. याशिवाय आपण रोजच्या आहारात घेत असलेली तृणधान्ये, कडधान्ये, डाळी व इतर पदार्थांमध्येदेखील काही प्रमाणात स्निग्ध पदार्थ असतात. त्यांना अदृश्य चरबी म्हणून संबोधले जाते. या दोन्ही दृश्य आणि अदृश्य चरबींपासून रक्तातील मेदघटक बनतात.

वनस्पतिजन्य तेलांपासून हृदयाला संरक्षण मिळते का?

वनस्पतिजन्य तेलांपासून हृदयाला पूर्ण संरक्षण मिळत नसले तरी लोणी, तूप, यांसारख्या प्राणिजन्य पदार्थांपेक्षा वनस्पतिजन्य तेलांमध्ये हृदयाला उपयुक्त असलेली चांगली असंपृक्त (polyunsaturated) स्निग्धाम्ले असतात व त्यांमध्ये कोलेस्टेरॉल नसते.

परंतु याच वनस्पतिजन्य तेलांवर हायड्रोजनेशन ही रासायनिक प्रक्रिया केल्यास असंपृक्त स्निग्धाम्लांचे रूपांतर संपृक्त स्निग्धाम्लांमध्ये होते जी हृदयाच्या दृष्टीने घातक असतात. तसेच तळण्याच्या वेळी तेल वारंवार गरम होत राहिल्यास ते हृदयास जास्त अपायकारक ठरते.

रोजच्या खाण्यात कोणते तेल वापरावे?

खाद्यतेलाची निवड करताना दोन गोष्टींचा विचार करावा.

१. संपृक्त स्निग्धाम्ले जास्त असलेले तेल वापरू नये.
२. ओमेगा ६ व ओमेगा ३ या स्निग्धाम्लांचे प्रमाण ५:१ असावे. त्यामुळे रोगप्रतिकारक शक्ती वाढते. रक्तवाहिन्यांना मजबुती मिळते आणि रक्त गोठण्याची क्रिया सुरळीत होते.

बाजारातील काही लोकप्रिय ब्रँडच्या तेलांमध्ये संपृक्त स्निग्धाम्ले जरी कमी असली तरी त्यांमध्ये ओमेगा ६ व ओमेगा ३ यांचे प्रमाण १५०:१ असल्यामुळे हृदयाच्या दृष्टीने अपायकारकच ठरते. म्हणून समतोल साधण्यासाठी शेंगदाणा किंवा तीळ तेल, मोहरी तेल व सूर्यफूलाचे तेल समप्रमाणात घेऊन त्यांचे मिश्रण वापरणे आहारशास्त्राच्या दृष्टीने सर्वोत्तम मानले जाते.

३. 'कोणत्या प्रकारचे तेल' यापेक्षा 'किती तेल' हे जास्त महत्त्वाचे. स्वयंपाकासाठी दिवसभरात प्रतिव्यक्ती २० मि.लि.पेक्षा कमी तेलाचा वापर असेल तर तेलाच्या प्रकाराने फारसा फरक पडत नाही.

तळलेले पदार्थ अधिक प्रमाणात खाल्ल्यास त्यांमध्ये संपृक्त स्निग्धाम्ले भरपूर असल्याने ती आरोग्याच्या दृष्टीने हानिकारक ठरतात.

मेदपातळीचे नियंत्रण कसे करावे?

- याकरिता सर्वात महत्त्वाचे म्हणजे आहार नियोजन. HDL-Cholesterol वाढविण्यासाठी नियमित व्यायाम करावा.

- वजन आटोक्यात ठेवावे.
- रक्तशर्करा नियंत्रणात ठेवावी.
- धूम्रपान व मद्यपान वर्ज्य करावे.
- स्वयंपाकातील वेगवेगळ्या प्रकारच्या तेलांमध्ये वेगवेगळी स्निग्धाम्ले असतात. त्यामुळे रोजच्या वापरात येणाऱ्या तेलांमध्ये आलटून पालटून फेरबदल करावा किंवा ३ प्रकारच्या तेलांचे योग्य मिश्रण वापरावे.

- आहारात कच्च्या भाज्या व फळे यांचे प्रमाण वाढवावे. ३ महिन्यानंतरही यामुळे फायदा न झाल्यास नंतर औषधांचा वापर करावा.

■

१२. मधुमेहाच्या अनुषंगाने येणारे हृदयविकार व उच्च रक्तदाब

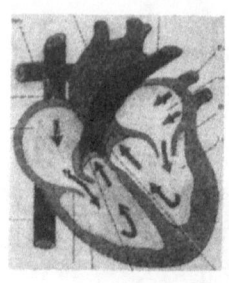

वैद्यकीय क्षेत्रात दिवसेंदिवस होणाऱ्या प्रगतीमुळे जंतुसंसर्गासारख्या इतर गुंतागुंती आटोक्यात आल्या असल्या तरी मधुमेहाच्या अनुषंगाने उद्‌भवणारे हृदयविकार दिवसेंदिवस वाढतच आहेत. शास्त्रीय पाहणीत आढळून आले आहे की, साठ वर्षांपुढील मधुमेहींमध्ये ५०% पेक्षा अधिक मधुमेही हृदयविकाराचे शिकार होतात.

ॲथेरोस्क्लेरोसिस म्हणजे काय?

ॲथेरोस्क्लेरोसिस म्हणजे शरीरातील निरनिराळ्या इंद्रियांना, त्यातील प्रत्येक पेशीला रक्ताद्वारे पोषक द्रव्ये पुरविणाऱ्या रक्तवाहिन्या 'प्लाक'मुळे कडक व अरुंद होणे. प्लाक म्हणजे रक्तवाहिनीच्या आतील आवरणात जमा झालेली रक्तातील चरबी किंवा स्निग्धांश. ही चरबी जमा झाल्यामुळे रक्तवाहिन्यांचा लवचिकपणा कमी होऊन त्या कडक व अरुंद होतात व त्यामुळे रक्तप्रवाहात अडथळा निर्माण होतो.

मधुमेहींमध्ये ॲथेरोस्क्लेरोसिसची प्रक्रिया लवकर सुरू होते व वेगाने वाढते. त्यामुळे हृदय, मेंदू, हातपाय व शरीरातील इतर अवयवांनादेखील रक्तपुरवठा कमी होतो. शरीराच्या रोगग्रस्त भागाची लक्षणे आल्याशिवाय ॲथेरोस्क्लेरोसिस झाल्याचे लक्षात येत नाही.

- हृदयाच्या रक्तवाहिन्यांवर परिणाम झाल्यास
  - – छातीत दुखते (angina pectoris).
  - – हृदयविकाराचा झटका येऊ शकतो (myocardial infarction).
- मेंदूच्या रक्तवाहिन्यांवर परिणाम झाल्यास

– अचानक थोडा वेळ बेशुद्धावस्था येते.
– पक्षाघात होतो.

- हातापायांच्या रक्तवाहिन्यांवर परिणाम झाल्यास
  – हातापायांत गोळे येऊन अतोनात व असह्य वेदना होतात.
  – भविष्यात गँगरिन होण्याची शक्यता वाढते.

मधुमेहींमध्ये ॲथेरोस्क्लेरोसिससाठी घातघटक कोणते?

- बैठी जीवनशैली.
- पोट सुटणे.
- उच्च रक्तदाब.
- कोणत्याही प्रकारे तंबाखूचे सेवन.
- अनुवंशिकता – हृदयविकाराचा कौटुंबिक इतिहास.
- HDL कोलेस्टेरॉल ४५ मिग्रॅ.%पेक्षा कमी.
- LDL कोलेस्टेरॉल १३० मिग्रॅ.%पेक्षा जास्त.
- ट्रायग्लिसेराइड्स १५० मिग्रॅ.%पेक्षा जास्त.

हृदयविकाराची लक्षणे कोणती?

१. छातीत दुखणे किंवा घट्ट आवळल्यासारखे वाटणे.
२. भरभर चालताना किंवा जिने चढताना धाप लागणे.
३. दरदरून घाम येणे.
४. मळमळ किंवा उलटी होणे.
५. श्वास घेताना त्रास होऊन गुदमरल्यासारखे वाटणे.

हृदयविकार टाळण्यासाठी मधुमेहीने कोणती काळजी घ्यावी?

१. रक्तातील ग्लुकोजची पातळी मर्यादित ठेवावी.
२. आहारातील स्निग्ध पदार्थांचे प्रमाण शक्य तितके कमी ठेवावे.
३. नियमित व्यायाम करावा.
४. रक्तदाब नियंत्रणात ठेवावा.
५. मानसिक ताणतणाव कमी करून मन शांत ठेवण्याचा प्रयत्न करावा. बारीकसारीक गोष्टींची चिंता करू नये.

हृदयविकाराची कोणतीही लक्षणे नसताना अचानक हृदयविकाराचा झटका किंवा हार्टअटॅक येऊ शकतो का?

होय. मधुमेह हा रोग Silent Killer या नावाने ओळखला जातो. मधुमेही

व्यक्तीला हृदयरोग होण्याची शक्यता सामान्य व्यक्तीपेक्षा जास्त असते. मधुमेहामध्ये न्युरोपॅथीमुळे हृदयातील मज्जातंतूंमध्ये बिघाड झाल्यामुळे छातीत दुखणे, घाम येणे, घाबरल्यासारखे वाटणे यासारखी हृदयविकाराची लक्षणे दिसून येत नाहीत. यालाच Silent Ischemia म्हणतात. यामुळे हार्ट अटॅक येतो.

अशा प्रकारची गुंतागुंत टाळता यावी याकरिता हृदयविकाराची लक्षणे नसतानादेखील मधुमेही व्यक्तीने नियमितपणे Cardiac Evaluation हृदय संबंधित तपासणी करणे आवश्यक आहे. यामध्ये ECG ही सर्वात प्राथमिक तपासणी होय. वेळोवेळी ECG नॉर्मल असल्यास वर्षातून एकदा Tread Mill Test करून घेतल्यास चांगले. कारण अशा प्रकारचा हृदयविकार (Ischemia) आपण TMT मुळे पकडू शकतो.

मधुमेह व उच्च रक्तदाब यांचा संबंध काय?

निरोगी व्यक्तीपेक्षा मधुमेहींमध्ये उच्च रक्तदाबाचे प्रमाण जास्त असते. ५०% पेक्षा अधिक प्रौढ मधुमेहींमध्ये उच्च रक्तदाब आढळतो व जसजसे वय वाढत जाते आणि मधुमेहाचा कालावधी वाढत जातो, तसतशी ही टक्केवारीसुध्दा वाढत जाते. उच्च रक्तदाबामुळे नंतर हृदयविकाराची शक्यता वाढते.

मधुमेही व्यक्तींमध्ये आदर्श रक्तदाब किती असावा?

मधुमेही व्यक्तींमध्ये आदर्श रक्तदाब हा १३०/८० mm Hg च्या खाली असावा. त्यामुळे हृदय, रक्तवाहिन्या व मूत्रपिंड यावर जास्त रक्तदाबामुळे होणारे दुष्परिणाम टाळता येऊन हार्ट अटॅक, अर्धांगवायू व मूत्रपिंड निकामी होणे अशा प्रकारचे संभाव्य धोके टाळता येऊ शकतात.

मधुमेहींने धूम्रपान करावे किंवा नाही?

सामान्यत: हृदयविकार होण्याची जी कारणे आहेत त्यामध्ये धूम्रपान हे एक महत्त्वाचे कारण आहे. आजपर्यंतच्या विविध वैद्यकीय संशोधनांमध्ये असे आढळून आले आहे की धूम्रपान बंद केल्याने हृदयविकाराचा धोका टाळला जाऊन हृदयाची आयुमर्यादा वाढते. मधुमेही व्यक्तीमध्ये तसेही हृदयविकार होण्याची शक्यता सामान्य व्यक्तीपेक्षा जास्त असते. म्हणून मधुमेही व्यक्तीने धूम्रपान बंद करणे हे केव्हाही आरोग्याच्या दृष्टीने हितकारकच आहे.

■

१३. मधुमेहींचे दुर्लक्षित पाय

प्रत्येक मधुमेहीने आयुष्यभर आपल्या शरीराचे ओझे पेलणाऱ्या, जगभर फिरविणाऱ्या, सतत काम करणाऱ्या आपल्या पायांसाठी रोज काही मिनिटांचा वेळ जरूर काढावा. चेहरा सुंदर दिसावा म्हणून नियमितपणे ब्यूटी पार्लरच्या चकरा होतात. घरी तासन्‌तास आरशासमोर घालविले जातात परंतु पाय मात्र उपेक्षित, दुर्लक्षित राहतात.

शरीराचा एखादा भाग जिवंतपणी आपल्या डोळ्यांदेखत निकामी झाला म्हणून कापावा लागणे यासारखे दुसरे दुःख नाही. आपल्या देशात अपघाताखालोखाल पाय कापावे लागण्याचे मुख्य कारण म्हणजे मधुमेह. दीर्घकाळ अनवाणी चालण्याने किंवा ठेच लागण्याने किंवा चुकीची पादत्राणे वापरल्याने कित्येक वेळा इजा किंवा छोटीशी जखम होते. रक्तातील साखर आटोक्यात नसली तर ही जखम लवकर बरी न होता चिघळत जाते. त्यात जंतुसंसर्ग होतो व तरीही त्याकडे दुर्लक्ष केल्यास गँगरीनसारखी गुंतागुंत होऊन शेवटी पायाचा अंगठा किंवा पायच कापून रूग्णांचे प्राण वाचवावे लागतात.

पायाच्या तक्रारी सुरू होत असल्याची लक्षणे कोणती?

- चालताना पायात गोळे येणे, पाय दुखणे.
- पायांना मुंग्या येणे किंवा आग होणे.
- जखम लवकर बरी न होणे किंवा चिघळणे.
- पायाचे केस गळणे.
- योग्य पादत्राणे न वापरल्यास घर्णणाने (corn) कुरूप होणे.

मधुमेहीने पायांची काळजी कशी घ्यावी?

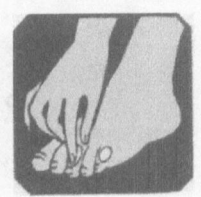

१. मधुमेही व्यक्तीने रोज रात्री निजण्यापूर्वी किंवा सकाळी आंघोळीच्या वेळी आपल्या पावलांचे निरीक्षण करावे. त्वचेचा रंग, तापमान, सूज किंवा इजा या गोष्टींकडे बारकाईने लक्ष द्यावे.
२. रोज पाय स्वच्छ धुऊन कोरडे करावेत. बोटांच्या मधल्या भागाची विशेष काळजी घ्यावी. तिथे ओलावा राहू देऊ नये.
३. आंघोळीनंतर मिनिटभर पायांना मालिश करावे.
४. वरचेवर नखे कापावीत म्हणजे ती वाकणार नाहीत.
५. धूम्रपान करीत असल्यास ताबडतोब बंद करावे कारण धूम्रपान करणाऱ्या बहुतांशी मधुमेहींमध्ये पायांच्या रक्तवाहिन्यांना जास्त प्रमाणात इजा होते, त्या अरूंद होतात, कडक होतात व त्यामुळे पायांच्या स्नायूंना रक्तपुरवठा कमी होऊन चालताना खूप त्रास होतो व पायांत पेटके येतात. तसेच १-२ मिनिटांच्या विश्रांतीनंतरच परत चालता येते. यांस वैद्यकीय परिभाषेत Intermittent claudication असे म्हणतात. या प्रकारच्या पायाच्या दुखण्याने रूग्ण खूपच त्रासून जातो.

पादत्राणे कशी असावीत?

अनवाणी चालणे किंवा पायाल घट्ट/सैल असलेली पादत्राणे वापरण्यामुळे पायाच्या बऱ्याच तक्रारी उद्भवतात. हे टाळण्यासाठी पादत्राणे निवडताना विशेष काळजी घ्यावी.

- पादत्राणे घेताना आतल्या बाजूने शिवण पाहावी.
- पायाला व्यवस्थित बसतील अशी पादत्राणे निवडावीत.
- पायाच्या त्वचेला मोकळेपणाने श्वास घेता येईल, हवा खेळती राहील अशा प्रकारचे शूज निवडावेत. उदा. स्पोर्टस् शूज.
- स्वच्छ धुतलेले सुती मोजे वापरावे.

'Always remember that feet need friends.'

१४. मधुमेही डोळे

हाडाच्या खोबणीत देवाने अतिशय सुरक्षित ठेवलेले 'डोळा' हे एक अतिशय नाजूक इंद्रिय होय. शेकडो कवि कल्पनांनी साकारलेले अद्भुत डोळे हे मधुमेहीच्या दीर्घकालीन व्याधीमुळे क्षतिग्रस्त होतात. रक्तातील साखर आटोक्यात नसली तर डोळ्यांतील अनेक नाजूक भागांवर मधुमेहाचे दुष्परिणाम दिसून येतात आणि कित्येक वेळा तर अंधत्व देखील येते. मधुमेहींमध्ये डोळ्यांच्या बाबतीत मुख्यत्वे आढळून येणारे विकार म्हणजे नेत्रपटलविकार (रेटायनोपॅथी), अकाली मोतीबिंदू आणि काचबिंदू.

मधुमेहाचा डोळ्यांवर अनिष्ट परिणाम होऊ लागल्यास दृष्टी धूसर होणे, वरचेवर डोळा लाल होणे किंवा चष्म्याचा नंबर वारंवार बदलणे, डोळे दुखणे, गडद ठिपके दिसणे, डोळ्यांसमोर जाळे आल्यासारखे वाटणे, लिहिताना किंवा वाचताना त्रास होणे किंवा रस्त्यावरील ट्रॅफिक सिग्नल्स ओळखताना त्रास होणे यांसारखी लक्षणे दिसून येतात.

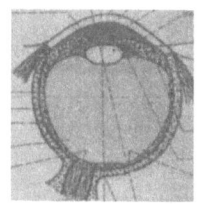

रेटायनोपॅथी म्हणजे काय?

डोळ्यातील मागच्या भागात असलेल्या नेत्रपटलाला रेटिना असे म्हणतात. या नेत्रपटलात अतिशय सूक्ष्म केशवाहिन्यांचे जाळे असते. यांच्याद्वारे रेटिनाला रक्त पुरवठा होतो. परंतु दीर्घकालीन मधुमेहामुळे या सूक्ष्म रक्तवाहिन्यांना इजा होते. त्या अरुंद होतात, बुजतात किंवा पाझरू लागतात. त्यांच्यातून रक्तस्त्राव सुरू झाला की नेत्रपटलाच्या ज्या भागात स्त्राव झाला त्यानुसार दृष्टिदोष निर्माण

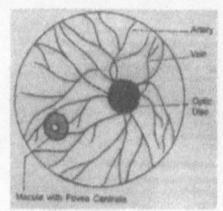

होतो. नेत्रपटलाच्या मध्यवर्ती भागात म्हणजे 'मॅक्युला' च्या ठिकाणी रक्तस्राव झाला तर मध्य दृष्टी (सेंट्रल व्हिजन) जाते. डोळ्यांसमोर गडद ठिपके (floaters) किंवा कोळ्याचे जाळे (cobweb) असल्याचा भास होतो. तसेच काही वेळा या रक्तवाहिन्यांतून व्हिट्रिअसमध्ये (डोळ्यांत असलेल्या द्रवात) रक्तस्राव (vitreous haemorrhage) होतो. त्यामुळे रेटिनावर प्रकाशकिरण पोहोचू शकत नाहीत आणि दृष्टी धूसर होते.

बऱ्याच वेळा हे रक्त आपोआप शोषून घेतले जाते तर काही वेळा ते काढून टाकण्यासाठी शस्त्रक्रिया (vitrectomy) करावी लागते.

डायबेटिक रेटायनोपॅथीवर उपाय कोणता?

वैद्यकीय जगात होत असलेल्या नवनवीन शोधांमुळे गेल्या २-३ दशकांमध्ये रेटायनोपॅथीसाठी लेसर ट्रीटमेंट उपलब्ध झाली आहे. रेटिनाच्या ज्या भागांवर सूक्ष्म रक्तवाहिन्यांना इजा झाली आहे अशा ठिकाणी लेसर किरण केंद्रित करून नवीन नको असलेल्या केशवाहिन्या नष्ट केल्या जातात. यामुळे झालेली हानी भरून निघण्याची शक्यता कमी असली तरी आजार पुढे न वाढता राहिलेली दृष्टी टिकून राहण्यास मदत होते.

लेसर उपचार पद्धतीचे फोकल ट्रीटमेंट, ग्रीड ट्रीटमेंट व पॅनरेटिनल ट्रीटमेंट असे वेगवेगळे प्रकार असतात. नेत्रपटलाच्या किती भागावर इजा झाली आहे त्यावरून कोणत्या प्रकारची ट्रीटमेंट करावी हे नेत्रतज्ज्ञ ठरवितात. हे करण्यापूर्वी बहुतेक वेळा फ्लोरोसिन अँजिओग्राफी केली जाते.

बरेचसे रुग्ण रेटायनोपॅथीमुळे येणाऱ्या लक्षणांकडे दुर्लक्ष करतात. रक्तातील साखर नियंत्रणाच्या बाबतीतही निष्काळजी राहतात. अशा वेळी नेत्रपटलविकार वाढत जाऊन रेटिनावर रक्तवाहिन्यांचे पुंजके तयार होतात व कालांतराने व्रण (scar tissue) तयार होतो. हा व्रण ओढला गेल्यास नेत्रपटल सुटून (retinal detachment) अचानक अंधत्वदेखील येऊ शकते.

अशा वेळी लेसर ट्रीटमेंटचा उपयोग होत नाही तर शस्त्रक्रिया करून सुटलेला रेटिना परत जोडणे हा एकमेव उपाय शिल्लक राहतो.

नेत्रविकार टाळण्यासाठी मधुमेहींनी काय करावे?

आहार, व्यायाम आणि योग्य औषधोपचार यांच्या साहाय्याने रक्तशर्करा जर नियंत्रणात ठेवली तर रेटायनोपॅथी निश्चितच लांबणीवर टाकता येते. तसेच नियमितपणे डोळ्यांची तपासणी केली तर प्रथमावस्थेतच लेसर ट्रीटमेंट करून

दृष्टी वाचविता येते. म्हणून दृष्टी धूसर झाल्यास, एका वस्तूच्या दोन-दोन प्रतिमा दिसत असल्यास किंवा डोळ्यांसमोर गडद ठिपके (floaters) दिसत असल्यास ताबडतोब नेत्रतज्ज्ञांकडे जाऊन नेत्र तपासणी करून घ्यावी.

नेत्ररुग्णांनी इतर कोणती काळजी घ्यावी?

- धावणे, उड्या मारणे, वजन उचलणे टाळावे.
- शीर्षासनासारखी योगासने करू नयेत.
- रक्तदाब नियंत्रणात ठेवावा.
- शक्यतो गर्भनिरोधक गोळ्यांचा वापर करू नये.

१५. मधुमेह व मूत्रपिंड विकार

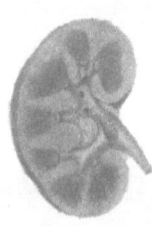

रक्तातील अपायकारक द्रव्ये काढून टाकणारे सर्वात कार्यक्षम फिल्टर म्हणजे मूत्रपिंड. प्रत्येक व्यक्तीच्या शरीरात दोन मूत्रपिंड असून त्यांच्या कार्यामुळे दैनंदिन जीवनात शरीरात होणाऱ्या विविध घडामोडींमुळे तयार होणारे युरिया, क्रिॲटिनिन यांसारखे अपायकारक पदार्थ लघवीवाटे शरीराबाहेर टाकले जातात.

दीर्घकालीन आजारानंतर ३० ते ४०% टाईप १ (इन्शुलिन अवलंबी) व १० ते १५% टाईप २ (इन्शुलिन अनावलंबी) मधुमेही व्यक्तींमध्ये मूत्रपिंडाचा आजार उद्‌भवतो. मांसाहार करणाऱ्या व्यक्तींमध्ये व उच्च रक्तदाब असलेल्या व्यक्तींमध्ये याचे प्रमाण जास्त आढळते. तसेच मधुमेही व्यक्तींमध्ये, रक्तातील साखर नियंत्रणात नसल्यास, मूत्रपिंडासोबतच मूत्रनलिका आणि मूत्राशय यांचा जंतुसंसर्गही वारंवार होतो. त्यामुळे थंडी वाजून ताप येणे, लघवी करताना आग होणे, वारंवार लघवीला जावे लागणे अशी लक्षणे दिसून येतात.

डायबेटिक नेफ्रोपॅथी म्हणजे काय?

दीर्घकालीन डायबेटिसमुळे मूत्रपिंडांना होणाऱ्या बाधेला डायबेटिक नेफ्रोपॅथी म्हणतात. अपायकारक द्रव्ये लघवीद्वारे बाहेर न गेल्यामुळे रक्तातील त्यांचे प्रमाण वाढत जाते व हळूहळू मूत्रपिंडे निकामी होऊ लागतात.

मायक्रोअल्ब्युमिन्युरिया म्हणजे काय?

मधुमेही व्यक्तीमध्ये मूत्रपिंड विकाराची सुरुवात झाल्यास सूक्ष्म प्रमाणात लघवीद्वारे अल्ब्युमिन नावाचे प्रथिन उत्सर्जित होते. याला मायक्रोअल्ब्युमिन्युरिया असे म्हणतात. नेहमी केल्या जाणाऱ्या साध्या लघवीच्या तपासणीद्वारे जास्त

प्रमाणात प्रथिने उत्सर्जित होत असल्यास त्याचे निदान होऊ शकते, परंतु मायक्रोअल्ब्युमिन्युरियासाठी लघवीची विशेष प्रकारची तपासणी करावी लागते. 'डिपस्टिक' पट्ट्या वापरून ही तपासणी केली जाते. निरोगी माणसांच्या लघवीत साधारणपणे २४ तासांत ३० मिग्रॅ. पेक्षा रकमी अल्ब्युमिन जाते. हे प्रमाण जर ३० मिग्रॅ. ते ३०० मिग्रॅ. असेल तर त्याला मायक्रोअल्ब्युमिन्युरिया असे म्हणतात. या साध्या तपासणीमुळे मूत्रपिंडविकार अगदी प्राथमिक अवस्थेत पकडला जाऊन पुढे आवश्यक ती उपाययोजना करता येते. मात्र याकडे दुर्लक्ष केल्यास हे प्रमाण हळूहळू वाढत जाऊन मूत्रपिंडे निकामी होतात.

रिनल फेल्युअर म्हणजे काय?

रिनल फेल्युअर म्हणजे दोन्ही मूत्रपिंड अकार्यक्षम होणे. मधुमेहात मूत्रपिंडाचा आजार सुरू झाला की हळूहळू लघयवीतील अल्ब्युमिनचे प्रमाण वाढत जाते. रक्तातील युरिया, क्रिॲटिनिन या अपायकारक द्रव्यांची पातळी वाढत जाते. रक्तातील हिमोग्लोबिनचे प्रमाण कमी होते. मळमळ, उलटी, थकवा अशी लक्षणे येऊन रक्तदाब वाढतो आणि तोंडावर व पायांवर सूज येते.

संध्याकाळपेक्षा सकाळी उठल्याबरोबर चेहऱ्यावर, विशेषत: डोळ्यांभोवती जास्त सूज येत असल्याने रिनल फेल्युअरची सूज लवकर ओळखता येते. युरिया क्रिॲटिनिनचे रक्तातील प्रमाण मर्यादेबाहेर गेल्यास औषधोपचारांचा विशेष फायदा होत नाही. त्यासाठी डायलेसिसचा आसरा घ्यावा लागतो किंवा कृत्रिम मूत्रपिंड रोपण (kidney transplant) करावे लागते.

डायलेसिसचे हिमोडायलेसिस व पेरिटोनियल डायलेसिस असे दोन प्रकार आहेत. यामध्ये शरीरातील विषारी द्रव्ये यंत्राद्वारे कृत्रिम रीत्या काढून टाकली जातात. परंतु हे सर्व प्रकार अतिशय खर्चिक व त्रासदायक ठरतात. सध्या CAPD (Chronic Ambulatoryu Peritoneal Dialysis) नावाचा कमी त्रासाचा प्रकार निघाला असून या प्रकारचे डायलेसिस घरच्या घरी देखील करता येते.

मधुमेही व्यक्तींच्या रूटिन चेकअपमध्ये मायक्रोअलब्युमिन तपासणी पॉझिटिव्ह आली तर त्याचा अर्थ काय?

ज्या मधुमेही व्यक्तींमध्ये मायक्रोअलब्युमिन पॉझिटिव्ह येते अशा व्यक्तींना डोळे, हृदय, मूत्रपिंड यांचे विकार होण्याची शक्यता वाढते. याकरिता नियमितपणे डोळे, हृदय व मूत्रपिंड यांची योग्य ती तपासणी वेळोवेळी करणे आवश्यक

आहे.

तसेच ACE Inhibitor वर्गातील औषध डॉक्टरांच्या सल्ल्याने सुरू करावे. हे औषध सामान्यत: उच्च रक्तदाब नियंत्रणाकरिता वापरले जाते परंतु लघवीतील मायक्रोअल्ब्युमिन कमी करण्यासाठीसुद्धा याचा उपयोग होतो.

डोळ्यांचे विकार (रेटिनोपॅथी) किंवा मूत्रपिंड विकार यावर उपाय काय?

या विकारांमध्ये देखील रक्तशर्करा आटोक्यात ठेवणे खूपच महत्त्वाचे आहे. परंतु त्याबरोबरच ACE Inhibitor वर्गातील औषध डॉक्टरी सल्ल्याने सुरू करावे. ही औषधे सामान्यत: उच्च रक्तदाब नियंत्रणाकरिता वापरली जातात. परंतु मधुमेही व्यक्तींमध्ये रेटिनोपॅथी किंवा मूत्रपिंड विकाराची रोकथाम करण्यासाठी देखील उपयोगी पडतात.

■

१६. मज्जातंतूंचे विकार – न्यूरोपॅथी

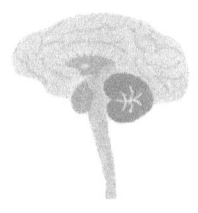

सर्व शरीरभर पसरलेल्या मज्जातंतूंच्या जाळ्यामुळे आपले दैनंदिन व्यवहार सुरळितपणे चालतात. आपला मेंदू हा एक अद्‌भुत संगणक आहे, याबद्दल वादच नाही. मेंदू व मज्जारज्जूपासून निघणारे मज्जातंतू हे वीजवाहक तारांप्रमाणे अविरत कार्य करीत असतात. शरीरातील विविध भागांकडून स्पर्श, वेदना, कंप, थंड-गरम तापमान यांसारख्या संवेदना मेंदूपर्यत पोहचविणे व मेंदूने दिलेल्या आज्ञा शरीरभर पोहचविण्याचे काम अचूकपणे चालू असते. अशा या मज्जातंतूंवर दीर्घकालीन मधुमेहामुळे (सतत वाढलेल्या साखरेच्या पातळीमुळे) परिणाम होतो व त्यांची कार्यक्षमता कमी होते. यालाच डायबेटिक न्यूरोपॅथी असे म्हणतात. साधारण ४-५ वर्षांच्या मधुमेहानंतर मज्जातंतूंवर असा परिणाम सुरू होतो. धूम्रपान व मद्यपान करणाऱ्यांमध्ये याची तीव्रता जास्त प्रमाणात आढळते.

डायबेटिक न्यूरोपॅथीचे प्रकार कोणते?

डायबेटिक न्यूरोपॅथीचे मुख्यत्वे तीन प्रकार आढळून येतात.

१. Autonomic २. Sensory ३. Motor.

१. Autonomic neuropathy : ऑटोनॉमिक न्यूरोपॅथीमधे जठर, आतडी, मूत्राशय, हृदय, त्वचा इत्यादी इंद्रियांवर दुष्परिणाम झाल्यामुळे वेगवेगळी लक्षणे दिसून येतात. उदा. पोट फुगणे, वारंवार शौचास लागणे किंवा बद्धकोष्ठतेचा त्रास होणे, लैंगिक दुर्बलता, लघवी साठून राहणे, त्वचेतील ग्रंथींवर परिणाम झाल्याने घामाचे प्रमाण कमी होणे, त्वचा कोरडी होणे अशा विविध तक्रारींचे प्रमाण वाढते.

२. Sensory neuropathy : यामध्ये संवेदनाशक्ती कमी होते. सर्वात जास्त

विपरीत परिणाम पायांतील मज्जातंतूंवर होतो. त्यामुळे पायांना मुंग्या येणे, जळजळ होणे, आग होणे, सुया टोचल्यासारखे किंवा विजेचा शॉक बसल्यासारखे वाटणे इत्यादी लक्षणे आढळतात. पायांची संवेदनक्षमता कमी होत गेल्यास बधीरता येते. अनवाणी चालल्यास पायाला इजा होऊन जखमा होतात, काटा बोचल्यास किंवा काच लागल्यास कळत नाही.

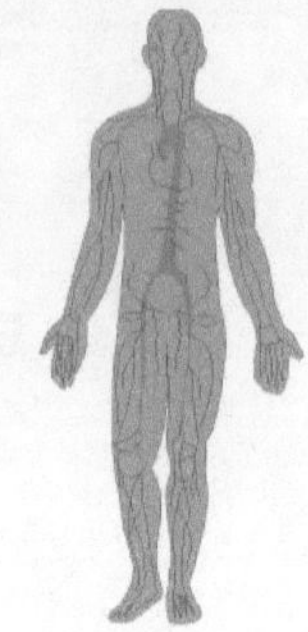

कित्येक वेळा चप्पल/जोडे पायांत असल्याचीही जाणीव राहात नाही किंवा चालताना चप्पल वारंवार निसटते.

चालताना त्वचेवर किंवा सांध्यावर अतिरिक्त भार आला तरी संवेदना कमी झाल्यामुळे लक्षात येत नाही आणि जास्त वेळ व अनियमित भार राहिल्यास सांधे खराब होतात.

हातापायाला बधिरता आल्यामुळे चटका लागल्यास किंवा कापल्यास लवकर समजतर नाही. या जखमांवर वेळीच उपचार केले नाही तर जखम चिघळत जाऊन गँगरीन होण्याची शक्यता वाढते व पाय सडल्यास पाय कापण्याचीही वेळ येते.

३. Motor neuropathy मध्ये आज्ञावाहक मज्जातंतूंची कार्यक्षमता कमी होऊन स्नायूंची शक्ती कमी होते. कालांतराने हाडांवर व सांध्यांवर परिणाम होऊन पायांचा आकार बदलतो. बोटे वाकडी होतात. तळपायांवर सूज व लाली येते.

न्यूरोपॅथी ओळखण्याचा सोपा उपाय कोणता?

पायाच्या वेगवेगळ्या भागांवर एखादी टाचणी किंवा ट्यूनिंग फोर्क (tuning fork) लावून पाहिल्यास संवेदना कमी असल्याचे लक्षात येते.

तसेच झोपलेल्या स्थितीतून उठल्यावर रक्तदाब मोजला तर उभ्या स्थितीत रक्तदाब कमी भरतो.

न्यूरोपॅथीमुळे शरीरातील कोणकोणत्या भागांवर परिणाम होतो?

१. **हात व पाय :** हातापायांना न्यूरोपॅथी होण्याचे प्रमाण मधुमेहींमध्ये सर्वात जास्त आढळते.

२. **पोट किंवा जठर :** जठराच्या मज्जातंतूंना इजा झाल्यामुळे अन्नपचन नीट न होणे, पोट फुगणे, उलटी होणे अशा प्रकारचा त्रास होतो. काही वेळा अन्नाचे शोषण लवकर न झाल्याने हायपोग्लायसेमिया होतो आणि नंतर अन्नपचन व शोषण पूर्ण झाल्यावर रक्तशर्करा वाढू शकते.

३. **मूत्राशय :** मज्जातंतूंना झालेल्या इजेमुळे मूत्राशय पूर्णपणे रिकामे न होता लघवी केल्यानंतरही काही भाग मूत्राशयातच राहतो व त्यामुळे मूत्रमार्गाचा जंतुसंसर्ग होतो.

४. **सांधे :** संवेदना कमी झाल्याने पायांचा आकार बदलतो. स्नायूंचा योग्य आधार मिळत नाही.

५. **लैंगिक दुर्बलता :** गुप्तांगांच्या मज्जातंतूंवर परिणाम झाल्याने लैंगिक दुर्बलता येते.

मज्जातंतूंना इजा (न्यूरोपॅथी) झाल्याची लक्षणे कोणती?

न्यूरोपॅथीमुळे वेगवेगळ्या मधुमेहींमध्ये वेगवेगळी लक्षणे दिसून येतात. यांपैकी काही म्हणजे

- मुंग्या येणे.
- रोगग्रस्त भाग सुन्न होणे.
- हात-पाय गार पडणे.
- काही वेळा संवेदनशीलता वाढणे.
- विजेचा प्रवाह लागल्यासारखे वाटणे.
- हातापायांची आग होणे.

बहुतेकदा ही लक्षणे रात्रीच्या वेळी जास्त असतात.

गॅस्ट्रोपॅरेसिस म्हणजे काय?

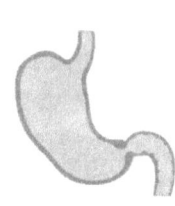

जठरातील मज्जातंतूंना मधुमेहामुळे इजा झाल्याने पचनाचे कार्य ठीक होत नाही. अन्नाचा प्रवास नेहमीसारखा होत नाही. अन्न पुष्कळ यवेळ पोटात राहिल्यामुळे पोट फुगते व अनेक तक्रारी सुरू होतात. उदा. भूक न लागणे, सतत पोट भरल्यासारखे वाटणे, मळमळ, उलटी इत्यादी. यावर उपाय म्हणजे रक्तशर्करा नियंत्रणात ठेवणे, दिवसातून अनेक वेळा थोडा थोडा आहार घेणे, आहारातील स्निग्ध पदार्थ कमी करणे व जेवल्यानंतर लगेचच न झोपता निदान तासभर तरी छोटी मोठी कामे करत राहणे.

न्यूरोपॅथीवर उपाय कोणता?

वरीलपैकी कोणत्याही प्रकारच्या न्यूरोपॅथीच्या तक्रारी असल्यास मधुमेहीने त्वरित डॉक्टरांना भेटून त्यांचा सल्ला घ्यावा. धूम्रपान व मद्यपान त्वरित बंद करावे. न्यूरोपॅथी

पूर्णपणे ठीक करण्यासाठी काही विशिष्ट औषधे नसली तरी रक्तशर्करा नियंत्रणात ठेवल्यामुळे फायदा होतो. तसेच औषधांच्या वापरामुळे हातापायांना मुंग्या येणे, वेदना होणे इत्यादी त्रासांपासून आराम मिळतो. व्हिटॅमिन बी व अँटिऑक्सिडंट (GLA,ALA) गोळ्यांचादेखील बऱ्याच रूग्णांना फायदा होतो.

मधुमेही व्यक्तीला वारंवार आम्लपित्त, मळमळ, उलटी जेवणानंतर पोट गच्च होणे, पोटाला फुगारा या प्रकारचा त्रास होत असेल तर काय करावे?

मधुमेही व्यक्तींमध्ये दीर्घ काळच्या आजारानंतर ज्या अनेक गुंतागुंती होतात त्यामधील एक म्हणजे न्यूरोपॅथी. ऑटोनॉमिक न्यूरोपॅथीमध्ये जठर, आतडे या भागातील मज्जातंतूना इजा होते. अन्ननलिकेच्या खालच्या भागातील Sphincter स्फिंक्टर खराब होते व आम्लपित्त जठरातून वर अन्ननलिकेत येऊन जळजळ, उलटी, मळमळ अशा प्रकारचा त्रास होतो. जठरातील अन्न पुढे आतड्यात ढकलण्यास वेळ लागतो व खूप वेळपर्यंत अन्न जठरात साठून राहिल्याने पोटाला फुगारा, पोट गच्च वाटणे यासारख्या समस्या उद्‌भवतात.

तसेच काही मधुमेही व्यक्तींमध्ये मधुमेहाच्या उपचाराकरिता वापरात असलेल्या औषधांमुळेही अशा प्रकारचा त्रास होऊ शकतो. उदा. Metformin Voglibose इ.

हा त्रास न्यूरोपॅथी अथवा औषधांमुळे होत आहे याचे नक्की निदान करण्यासाठी डॉक्टरांचा सल्ला घेणे जास्त योग्य राहील.

पक्षाघात (Stroke)

प्रौढ (टाईप २) मधुमेहींमध्ये पक्षाघाताची शक्यता सामान्यांपेक्षा २ ते ३ पटींनी जास्त असते. सोबत उच्च रक्तदाब, हृदयविकार किंवा मूत्रपिंड विकार असल्यास, तसेच धूम्रपान/मद्यपान करीत असल्यास पक्षाघात होण्याचे प्रमाण जास्त असते.

मेंदूला रक्तपुरवठा करणाऱ्या रक्तवाहिन्यांमध्ये अडथळा आल्यास मेंदूच्या त्या भागाच्या कार्यांवर परिणाम होऊन पक्षाघात होतो. मेंदूच्या कोणत्या भागाला इजा झाली आहे त्यावर रुग्णांची लक्षणे दिसून येतात. उदा. वाचा बंद होणे, शरीराचा अर्धा भाग निकामी होणे, हात किंवा पाय हलविता न येणे इत्यादी.

बहुतांशी मधुमेही रुग्णांमध्ये अँथेरोस्क्लेरोसिसमुळे मेंदूतील रक्तवाहिन्यांना इजा होऊन अर्धांगवायूचा झटका येऊ शकतो. काही वेळा रक्तवाहिनी फुटल्यामुळे मेंदूमध्ये रक्तस्त्राव होऊन रुग्ण दगावण्याची भीती असते.

काही वेळा रक्तातील साखर खूप कमी (हायपोग्लायसेमिया) झाल्यास पक्षाघातसदृश परिस्थिती निर्माण होते. अशा वेळी घरी ग्लुकोमीटर असल्यास ताबडतोब रक्ततपासणी करावी म्हणजे नक्की निदान करता येते व हायपोग्लायसेमियाचा त्रास असल्यास त्वरित ग्लुकोजच्या सेवनाने जादूची कांडी फिरविल्यासारखा परिणाम होऊन रुग्ण बरा होतो व पुढील मोठे संकट टळते.

मधुमेहामुळे होणारी न्यूरोपॅथी कशा प्रकारे टाळता येईल?

रक्तशर्करा पातळीचे कडक नियंत्रण, नियमित शुद्ध व मोकळ्या हवेतील व्यायाम, क्षार, खनिजे व जीवनसत्त्वे यांचे योग्य प्रमाणात सेवन, धूम्रपान व मद्यपान यांचा निषेध यांसारख्या उपायांनी मधुमेहामुळे होणारी न्यूरोपॅथी काही प्रमाणात टाळता येईल.

१७. मधुमेह व जंतुसंसर्ग (Infections)

मधुमेहींमध्ये सामान्य निरोगी व्यक्तीपेक्षा जंतुसंसर्ग होण्याचे प्रमाण जास्त असते. मधुमेहींमध्ये एकदा जंतुसंसर्ग झाल्यास एक प्रकारचे दुष्टचक्रच सुरू होते. जंतुसंसर्ग झाला की रक्तशर्करा वाढते व रक्तशर्करा वाढली की त्यामुळे परत जंतुसंसर्ग होण्याची शक्यता वाढते व आधीच जंतुसंसर्ग झालेला असल्यास त्याची तीव्रता वाढते.

मधुमेहींमध्ये जास्त प्रमाणात जंतुसंसर्ग होण्याची कारणे

- रक्तशर्करा पातळीमध्ये वाढ.
- कमकुवत रोगप्रतिकार शक्ती.

शरीरात जागोजागी (मुख्यत्वे मानेवर, पाठीवर) फोड येऊन पू होणे, पायांना जखमा होऊन त्या चिघळणे, अल्सर होणे, मूत्रसंस्था व प्रजनन मार्गामध्ये जंतुसंसर्ग होणे या प्रकारच्या तक्रारी जास्त प्रमाणात दिसून येतात.

अशा प्रकारचा जंतुसंसर्ग वारंवार होत असल्यास नेहमीपेक्षा जास्त वेळा रक्तशर्करा तपासणी करून तज्ज्ञ वैद्यकीय सल्ला घ्यावा. रक्तशर्करा पातळी नियंत्रणात आणावी, डॉक्टरांनी सांगितलेली अँटिबायोटिक्स योग्य डोसमध्ये, नियमितपणे व सांगितलेल्या पूर्ण अवधीपर्यंत घ्यावी.

शल्यचिकित्सेची आवश्यकता पडल्यास योग्य वेळी आवश्यक ती शल्यक्रिया करून घेऊन शरीरातील पू काढून टाकावा व पूर्णपणे बरे होईपर्यंत औषधोपचार सुरू ठेवावा.

■

१८. त्वचेची निगा

मधुमेही व्यक्तींमध्ये त्वचेच्या समस्या व जास्त प्रमाणात जंतुसंसर्ग होण्याची कारणे म्हणजे

१. मधुमेहींची त्वचा शुष्क असल्यामुळे ती लवकर फुटते व त्यामुळे सूक्ष्म जंतूंना शरीरात प्रवेश करण्याचा मार्ग सुकर होतो.

२. रक्तातील वाढलेल्या साखरेच्या पातळीमुळे जंतूंचा प्रादुर्भाव लवकर होतो व जंतुसंसर्गामुळे रक्तशर्करा आणखीन वाढते.

३. सूक्ष्म रक्तवाहिन्यांना मधुमेहामुळे इजा झाल्याने त्वचेचा रक्तपुरवठा कमी होतो व जंतूंचा सामना करणाऱ्या पांढऱ्या रक्तपेशी व आवश्यक पोषणमूल्ये आवश्यक त्या ठिकाणी उशिरा व कमी प्रमाणात पोहोचतात.

त्वचारोगाची लक्षणे कोणती?

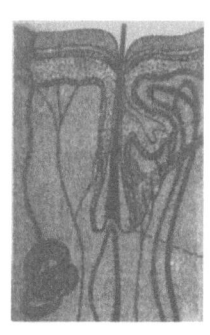

- खाज सुटणे.
- पुरळ येणे.
- त्वचेचा रंग व तापमान बदलणे.
- जखम लवकर बरी न होणे.
- जननेंद्रियांना खाज येणे व ती लालसर होणे.

मधुमेहींनी त्वचेची निगा कशी राखावी?

१. त्वचा स्वच्छ व कोरडी ठेवावी म्हणजे वारंवार जंतुसंसर्ग होणार नाही.

२. पायांच्या बोटांमध्ये, बगलेत, स्तनाखाली फंगल इन्फेक्शन होण्याची

शक्यता जास्त असते. म्हणून अशा जागा नेहमी कोरड्या ठेवाव्या व त्या ठिकाणी टॅल्कम पावडरचा उपयोग करावा.

३. त्वचा खूपच शुष्क असल्यास आंघोळीच्या वेळी त्वचेवर थोड्याशा तेलाने दोन मिनिटे मालिश करावे.

४. आंघोळीसाठी खूप गरम पाणी वापरू नये.

५. हिवाळ्यामध्ये त्वचा फाटू नये म्हणून योग्य क्रीमचा वापर करावा.

६. नेहमी स्वच्छ धुतलेल्या सुती मोजांचा वापर करावा म्हणजे हवा खेळती राहील.

७. त्वचेला इजा किंवा जखम झाल्यास त्याकडे दुर्लक्ष न करता त्वरित डॉक्टरांना भेटून उपचार करावा.

८. भरपूर पाणी प्यावे.

∎

१९. मौखिक आरोग्य

जगण्यासाठी खायचे की खाण्यासाठी जगायचे असा प्रश्न मधुमेहींना विचारला असता बरेच मधुमेही 'खायचे नाही तर जगायचे कशासाठी?' असा उलट प्रश्न करतात. 'चवीने खाणार त्याला देव देणार', 'एक दिवस सर्वांनाच वर जायचे आहे तेव्हा खाऊन पिऊन तृप्त होऊन गेलेले बरे' अशा भ्रामक कल्पना असलेले मधुमेहीदेखील पाहण्यात येतात. परंतु अशा खाण्यापिण्याच्या आहारी गेलेलगया व्यक्ती हे सर्व चोचले पुरविणाऱ्या व समाधान देणाऱ्या तोंडाची हवी तशी काळजी घेताना दिसत नाहीत. त्यामुळे कालांतराने या रुग्णांमध्ये तोंडाचे विकार उद्‌भवतात.

तोंडाचे आरोग्य खराब होण्याची कारणे कोणती?

१. रक्तातील सतत अनियंत्रित असलेल्या साखरेमुळे लवकर जंतुसंसर्ग होतो.
२. रक्तवाहिन्यांना झालेल्या इजेमुळे दातांना व हिरड्यांना रक्तपुरवठा कमी पडतो, प्राणवायू कमी मिळतो व एकदा जंतुसंसर्ग झाला की बरे होण्यास वेळ लागतो.
३. रक्तातील अनियंत्रित साखरेमुळे रोगप्रतिकारक शक्ती कमी होते. त्यामुळे इन्फेक्शन पसरत जाऊन त्रास वाढत जातो.

दातांच्या व हिरड्यांच्या आजाराची लक्षणे कोणती?

तोंडाला वास येणे, पदार्थ बेचव लागणे, हिरड्या सुजणे किंवा रक्तस्त्राव होणे, खाताना किंवा ब्रश करताना रक्त येणे, हिरड्यातून पू येणे, दात पडणे, कवळी नीट न बसणे या प्रकारच्या तक्रारी असल्यास दंतवैद्याकडे जाऊन

उपचार करावा. जाण्यापूर्वी शक्यतो खाऊन जावे म्हणजे उपचारानंतर काही तास न खाल्ल्याने हायपोग्लायसेमियाचा त्रास होणार नाही.

तोंडाच्या आरोग्याबद्दल कोणती काळजी घ्यावी?
१. रोज जेवल्यानंतर व रात्री झोपण्यापूर्वी दात साफ करावेत.
२. दात घासताना मऊ नायलॉन ब्रशचा वापर करावा.
३. बोटांनी हिरड्यांना मालिश करावे.
४. जिभेचा वरचा भाग स्वच्छ करावा.
५. दर सहा महिन्यांनी दातांची तपासणी करून घ्यावी.

२०. हाडांच्या व सांध्यांच्या तक्रारी

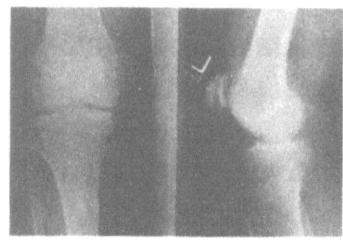

दीर्घकालीन मधुमेहामुळे सांध्याच्या जवळील त्वचेखालील भागाची लवचिकता कमी होऊन चालण्या-फिरण्यात त्रास होतो. सांध्यांच्या आजूबाजूला कडकपणा येतो.

वैद्यकीय भाषेत एक महत्त्वाचे लक्षण म्हणजे प्रेअर साईन (prayer sign). हातातील छोट्या सांध्यांवर परिणाम झाल्याने नमस्कार करताना दोन्ही हातांची बोटे एकमेकांजवळ आणून हात जोडण्यास त्रास होतो.

काही वेळा हाताची बोटे आतल्या बाजूला वळतात व हाताचा आकार बदलतो (claw hand) तर काही व्यक्तींमध्ये मनगटातील मज्जातंतूंवर दाब आल्याने मनगट दुखते.

फ्रोझन शोल्डर (frozen shoulder)

ही तक्रार मधुमेहींमध्ये जास्त असून साधारणपणे १५ ते २० टक्के मधुमेहींना याचा त्रास होतो. वाढलेल्या रक्तशर्करेमुळे खांद्यालगतच्या पेशींमध्ये बदल होऊन सांध्याची हालचाल मर्यादित होते व मधुमेहींना खांद्यापासून हात मोकळेपणाने नेहमीसारखा फिरविता येत नाही. नेहमीच्या दिनचर्येतील हालचाली करताना (उदा. केस विंचरताना किंवा वरच्या फळीवरील सामान काढताना) त्रास

झाल्याने ही तक्रार लक्षात येते.

हा त्रास असाच वाढत गेल्यास काही महिन्यांनी खांद्याच्या हालचालीवर खूपच परिणाम होतो.

प्रथमावस्थेत निदान, वेदनाशामक गोळ्या, फिजिओथेरपी व योग्य वैद्यकीय सल्ला, यांच्या साहाय्याने ही परिस्थिती आटोक्यात आणण्यास मदत होते. ∎

२१. लैंगिक समस्या

डोक्यापासून पावलांपर्यंत शरीरातील सर्व अवयवांवर व सर्व संस्थांवर दीर्घकालीन मधुमेहांचे परिणाम दिसून येतात. त्यामुळे त्याचे 'silent killer' हे नाव अगदी सार्थ वाटते. असे असताना जननेंद्रिये यातून कशी बरे सुटणार? मधुमेहामुळे होणाऱ्या दुष्परिणामांमुळे कामजीवन नक्कीच धोक्यात येते. पन्नाशीच्या वयातल्या ५०% पेक्षा जास्त मधुमेही रुग्णांना लैंगिक समस्या असतात. परंतु संकोचामुळे त्याची चर्चा डॉक्टरांशी केली जात नाही व योग्य मार्ग न सापडल्याने वैवाहिक जीवन असंतुष्ट होते. अशा वेळी वर्तमानपत्रातून येणाऱ्या 'सेक्स क्लिनिक'च्या जाहिराती वाचून बरेच रुग्ण अशा भोंदूगिरी करणाऱ्या वैदूंच्या जाळ्यात सापडतात व स्वतःचे आर्थिक व काही वेळा शारीरिक नुकसान करून घेतात. तेव्हा अशा जाहिरातींना बळी न पडता आपल्या समस्यांबाबत डॉक्टरांशी बोलून त्याची कारणमीमांसा समजावून घेणे व त्यानुसार योग्य ते वैद्यकीय उपचार करवून घेणे हितावह ठरते.

मधुमेहामुळे लैंगिक समस्या का उद्भवतात?

दीर्घकालीन मधुमेहामुळे शरीरातील सर्व मज्जातंतू व रक्तवाहिन्यांवर परिणाम होत असल्याने गुप्तांगांनाही व्यवस्थित रक्तपुरवठा होत नाही व त्यामुळे आवश्यक ती ताठरता येत नाही त्यामुळे लैंगिक दुर्बलता येते व बरेचदा नपुंसकत्व येण्याचीही भीती असते. उच्च रक्तदाब, लठ्ठपणा व धूम्रपान करणाऱ्या मधुमेहींमध्ये ही समस्या जास्त प्रमाणात आढळते.

स्त्रियांमध्येदेखील योनीमार्ग कोरडा राहणे, कामेच्छा कमी होणे, वारंवार जंतुसंसर्ग होणे अशा प्रकारच्या तक्रारी दिसून येतात.

योग्य वैद्यकीय सल्ल्याने व उपचाराने या समस्यांचे निवारण करता येऊ शकते. त्यासाठी खालील गोष्टी महत्त्वाच्या ठरतात.

१. रक्तातील साखरेची पातळी नियंत्रणात ठेवणे.
२. सकारात्मक दृष्टिकोन ठेवून आत्मविश्वास वाढविणे.
३. 'सेक्स क्लिनिक'च्या जाहिरातींना बळी न पडता योग्य तज्ज्ञांचा सल्ला घेणे.
४. आपल्या तक्रारी संकोच न करता आपल्या डॉक्टरांना सांगणे.
५. योग्य तो औषधोपचार घेणे.

मधुमेहामुळे लैंगिक दुर्बलता आलेल्या रुग्णांच्या उपचारासाठी व्हॅक्यूम पंप, इंजेक्शन, गोळ्या व विशिष्ट शस्त्रक्रिया काही ठिकाणी उपलब्ध आहेत. तसेच सध्या सर्वत्र उपलब्ध असलेले व्हियाग्रा नावाचे औषधही बरेच प्रभावी आहे. परंतु सॉर्बिट्रेटसारखी औषधे घेत असलेल्या हृदयविकाराच्या रुग्णांनी व्हियाग्रा घेऊ नये कारण त्याने रक्तदाब अचानक खूप कमी होण्याची भीती असते. त्यामुळे कोणतेही उपचार स्वतःच्या मनाने न करता योग्य वैद्यकीय मार्गदर्शनाखालीच करावे म्हणजे लैंगिक समस्या ही फार मोठी आपत्ती न वाटता त्यातून सोपा मार्ग निघेल व समाधानी कामजीवन उपभोगता येईल.

■

२२. मधुमेहींच्या आयुष्यातील ताणतणाव व नैराश्य

आजच्या धकाधकीच्या व स्पर्धात्मक युगामध्ये लहान-थोर सर्वांच्याच जीवनात ताणतणाव हा ठासून भरलेला आहे. शाळकरी मुलांना शाळेचा व अभ्यासाचा, कॉलेजमधील मुलांमुलींना करियरचा व योग्य जोडीदार निवडण्याचा, आईवडिलांना मुलांचा, प्रौढांना व्यवसायाचा व घरातील सर्वांच्या आजारपणाचा तर वृद्धांना जीवनाची उर्वरित संध्याकाळ कशी जाईल याचा ताणतणाव असतो! मग यातून मधुमेही कसे बरे सुटणार? त्यांना तर या सगळ्यासोबत आपल्या व्याधीचा– मधुमेहाचा खूप मोठा ताण असतो. पण त्यांना काही गोष्टी प्रकर्षाने सांगाव्याशा वाटतात.

- मधुमेह झाला म्हणून स्वतःला दोषी ठरवू नये.
- मधुमेहाच्या निदानाचा मोकळ्या मनाने स्वीकार करावा.
- मधुमेह ठीक होणारा आजार नसून तो स्वप्रयत्नांनी नियंत्रणात ठेवता येऊ शकतो.
- मधुमेहाबद्दलची जितकी माहिती मिळेल तितकी मिळवावी म्हणजे या व्याधीबद्दलची भीती मनात न राहता त्याच्यासोबत संपूर्ण आयुष्य खेळीमेळीने घालविता येईल.

परंतु सामान्यपणे सर्वत्र हेच दिसून येते की मधुमेह झाला की जीवन निरस व निरर्थक वाटून पुढे जगण्याची इच्छा कमी होते. मधुमेहामुळे टेंशन वाढते व टेंशनमुळे मधुमेहाची तीव्रता व विविध प्रकारच्या गुंतागुंतीदेखील वाढतात. रक्तशर्करा नियंत्रण डळमळीत होऊन कधी कधी हायपरग्लायसेमिया होतो.

मनातील गोंधळ व संभ्रमावस्था वाढून परिवारातील इतर व्यक्तींशी छोट्या-मोठ्या कारणांवरून वादावादी होते. लहानसहान गोष्टींची चिंता वाटते, भविष्याची

निरर्थक काळजी वाटते. रागावर नियंत्रण राहात नाही. मनावरचा ताबा सुटतो व काही काळाने मानसिक ताणतणावाबरोबरच नैराश्याची भावना देखील डोके वर काढू लागते.

हे नैराश्य किंवा depression हेदेखील मधुमेहींच्या दृष्टीने अतिशय घातक ठरते. आता उर्वरित आयुष्य या असाध्य रोगाबरोबर जगणे म्हणजे जणू काळ्या पाण्याची शिक्षा ठोठावल्यासारखी बहुतेकांची परिस्थिती होऊन जीवनाबद्दल वैफल्याची भावना निर्माण होते.

मानसिक ताणतणाव, निरर्थक चिंता, उदासीनता व नैराश्याची भावना यांमुळे रक्तशर्करेची पातळी सतत कमी-जास्त होते व त्यामुळे अतिशय थकवा व निद्रानाश यांसारख्या नवीन कटकटी उद्भवतात.

खालीलपैकी ५ किंवा अधिक लक्षणे २ आठवडे किंवा जास्त काळपर्यंत असल्यास नैराश्य (depression) आल्याचे मानले जाते.

१. जीवनातील आनंद हरवल्यासारखे वाटणे.
२. आयुष्यात अचानक पोकळी निर्माण झाल्यासारखे वाटणे.
३. खाण्याच्या सवयींत अचानक आमूलाग्र बदल येणे. (खूप जास्त किंवा खूप कमी खाणे.)
४. वजन खूप वाढणे किंवा खूप कमी होणे.
५. व्यवस्थित व शांत झोप न येणे.
६. रागावर नियंत्रण न राहणे.
७. अतिशय थकवा जाणवणे.
८. स्वतःला अपराध्यासारखे वाटणे.
९. आत्महत्येचे विचार मनात येणे.

हे सर्व टाळून इंद्रधनुष्यी आयुष्यातील सर्व रंगांची मजा लुटण्यासाठी खालील उपाययोजना उपयुक्त ठरते.

१. चाळिशीनंतर चष्म्याचा किंवा पांढऱ्या केसांचा स्वीकार जसा सहजतेने करतो तसा आपल्या मधुमेहाच्या निदानाचा सहज स्वीकार करा.

२. आपल्या हातून माफ न होण्याजोगा काही गुन्हा घडला म्हणून फक्त मलाच मधुमेह

झाला ही चुकीची समजूत झटकून टाका.

३. मधुमेह सध्या तरी पूर्णपणे बरा होऊ शकत नसला तरी त्याची योग्य काळजी घेतल्यास सामान्य माणसासारखे नॉर्मल आयुष्य आपण जगू शकतो हे मनाला पटवून द्या.

४. मन ऐकायला तयार नसेल तर मधुमेह तज्ज्ञांचा किंवा मानसोपचार तज्ज्ञांचा सल्ला घ्या.

५. कुटुंबातील इतर व्यक्तींना विश्वासात घेऊन जीवनशैलीत बदल करण्यासाठी त्यांचा सल्ला घ्या.

६. रिकामा वेळ वाया न घालवता पूर्वायुष्यातील आवडता छंद जोपासा.

७. आपल्या मित्रमैत्रिणींच्या सहवासात वेळ घालवून, आपल्या मनातील भीतीबद्दल बोलून आपले मन मोकळे करा.

८. मनात येईल ते बोलून टाका, परंतु कोणासही टाकून बोलू नका.

९. जीवनात सकारात्मक दृष्टिकोन ठेवून आशावादी बना.

१०. खूप हसा व दुसऱ्यांना हसवा. हसण्याने शरीराला आवश्यक असणारी अनेक रसायने निर्माण होतात, शरीरातील इंद्रियांना व्यायाम मिळतो, हार्मोन्सचे संतुलन राखले जाते.

११. संतुलित आहार, नियमित व्यायाम व आवश्यक तो औषधोपचार सुरू ठेवा.

१२. योगाभ्यासाला जीवनात स्थान द्या. ध्यानधारणेमुळे विचलित मन शांत करण्यास फार मदत होते.

१३. रोज आवश्यक तेवढी विश्रांती व झोप घ्या.

१४. अधूनमधून वेळ काढून कुंटुंबीयांसोबत व मित्रमंडळींसोबत निसर्गाच्या सान्निध्यात जाऊन सुट्टीचा आनंद लुटा.

या उपायांनी मधुमेहामुळे येणाऱ्या ताणतणावाला व नैराश्याच्या भावनेला तोंड देण्याचे सामर्थ्य येऊन जीवनात विविध छटांचे रंग उधळता येतील अशी खात्री आहे.

■

२३. मधुमेह व गर्भावस्था

मातृत्व उपभोगल्याशिवाय स्त्रीजन्माचे सार्थक होत नाही असे म्हणतात. मुलगी वयात आल्यापासून किंवा निदान लग्न झाल्यापासून तरी नक्कीच प्रत्येक स्त्रीला आपण 'आई' व्हावे अशी मनापासून इच्छा असते. 'आई' झाल्यामुळे कुटुंबात व समाजातही तिची प्रतिष्ठा वाढते. परंतु कित्येक वेळा वारंवार गर्भपात होणे, मूल पोटातच दगावणे, जास्त वजनाचे बाळ होणे, जन्मजात व्यंग असणे अशा कारणांमुळे काही बायका मातृत्वाचा आनंद उपभोगू शकत नाहीत आणि अशा बायकांची सविस्तर वैद्यकीय तपासणी व चाचण्या केल्यास त्यांतील बऱ्याच जणींना मधुमेह असल्याचे लक्षात येते.

बेटिंग व बेस्ट या शास्त्रज्ञांनी १९२१मध्ये इन्शुलिनचा शोध लावला व तेव्हापासून मधुमेही गरोदर स्त्रियांना एक वरदानच मिळाले. इन्शुलिनचा शोध लागण्यापूर्वी कित्येक मधुमेही स्त्रिया मधुमेहामुळे होणाऱ्या गुंतागुंतीमुळे मृत्युमुखी पडत व नवजात बालके वजनाने जरी सुदृढ असली तरी त्यांना इतर व्याधी किंवा जन्मजात व्यंगे असत.

मधुमेही गरोदर स्त्रियांमध्ये, इन्शुलिनच्या वाढत्या वापरामुळे, गरोदरपणात स्त्री दगावण्याचे प्रमाण कमी झाले असले तरी गर्भपात व गर्भविकृती बरेचदा दिसून येते आणि याचे मुख्य कारण म्हणजे मधुमेहाचे निदान उशिरा होणे किंवा त्यासाठी आवश्यक ती काळजी रुग्ण व कुटुंबीयांकडून घेतली न जाणे.

गर्भवती स्त्रियांमध्ये दोन प्रकारचा मधुमेह आढळतो.

१. गरोदर राहण्यापूर्वीपासून डायबेटिस (Pre gestational diabetes) व
२. गरोदरपणात निदान झालेला डायबेटिस (Gestational diabetes)

गरोदर राहण्यापूर्वीपासूनचा डायबेटिस (Pre gestational diabetes)

गर्भ राहण्याच्या आधीपासूनच जर स्त्रीला मधुमेह असेल तर त्याला pregestational diabetes असे म्हणतात. काही वेळा मधुमेह असल्याचे माहीत असले तरी पाळी चुकून २-३ महिने होईपर्यंत डॉक्टरांचा सल्ला घेतला जात नाही. पोटात वाढत असलेल्या गर्भाचे अवयव/ इंद्रिये ही पहिल्या ६ आठवड्यांतच तयार होण्यास सुरुवात होते. त्यामुळे गर्भधारणेच्या वेळी रक्तातील साखर नियंत्रणात नसेल तर गर्भपाताची किंवा बाळाला जन्मजात व्यंग

असण्याची शक्यता वाढते. म्हणून मधुमेही स्त्रीला सुखरूप व समाधानी मातृत्व हवे असेल तर गर्भधारणेपूर्वीच रक्तशर्करा नियंत्रणात असणे व गर्भधारणेनंतर देखील अगदी नियमितपणे तज्ज्ञ डॉक्टरांचा सल्ला व योग्य औषधोपचार घेणे अतिशय आवश्यक आहे.

मधुमेही स्त्रीने गर्भधारणा होण्यापूर्वी कोणती काळजी घ्यावी?

१. तोंडावाटे घ्यावयाच्या गोळ्यांनी गर्भामध्ये विकृती येण्याचा संभव असल्यामुळे मधुमेहासाठी घेतल्या जाणाऱ्या गोळ्या बंद करून वैद्यकीय सल्ल्याने इन्शुलिन इंजेक्शन्स सुरू करावीत.

२. वेळोवेळी रक्ततपासणी करून व इन्शुलिनचा डोस कमी-जास्त (adjust) करून रक्तशर्करा योग्य पातळीत ठेवावी.

३. वेळोवेळी ग्लायकोहिमोग्लोबिन तपासणी करून एकंदर नियंत्रण व्यवस्थित असल्याची खात्री करावी.

४. जर साखरेची पातळी आटोक्यात येत नसेल तर गर्भधारणेचा विचार लांबवावा.

५. मधुमेहामुळे इतर अवयवांवर विपरीत परिणाम झालेले नाहीत याची खात्री करून घेण्यासाठी तज्ज्ञांकडून सविस्तर तपासणी करून घ्यावी.

पतीला मधुमेह असल्यास पत्नीने गर्भधारणा टाळावी का? गर्भधारणा झाल्यास गर्भात विकृती येण्याची शक्यता आहे का?

पतीला मधुमेह असल्यास त्या कारणाने पत्नीने गर्भधारणा टाळण्याची आवश्यकता नाही. तसेच त्यामुळे गर्भात विकृती येण्याचा धोका नसतो. परंतु पतीच्या निरामयी जीवनासाठी त्याची रक्तशर्करा मर्यादित ठेवणे चांगले. तसेच यावेळी राहिलेल्या गर्भास जन्मल्यानंतर मोठेपणी टाईप २ मधुमेह होण्याची शक्यता

जास्त असते.

गरोदरपणातील मधुमेह (Gestational diabetes)

या प्रकारच्या मधुमेहाचे निदान गरोदरपणात होते व प्रसूतीनंतर हा मधुमेह नाहीसा होतो. म्हणजेच रक्तातील साखरेची पातळी ही गर्भधारणेपूर्वी व प्रसूतीनंतर सामान्य मर्यादेत असते. गरोदरपणात बहुतेक वेळा पाचव्या महिन्यामध्ये याचे निदान होते. ३-४% गरोदर स्त्रियांमध्ये अशा प्रकारचा मधुमेह दिसून येतो. म्हणून गर्भधारणा झाल्याचे कळल्याबरोबर एकदा सुरुवातीला व पुन्हा पाचव्या महिन्यात रक्तातील साखरेचे प्रमाण तपासणे महत्त्वाचे आहे.

कोणत्या स्त्रियांना गरोदरपणात मधुमेह होण्याची शक्यता जास्त असते?

१. लठ्ठ स्त्रिया व त्यातही वय ३० पेक्षा जास्त असल्यास.
२. गरोदरपणात अपेक्षेपेक्षा जास्त वजन वाढल्यास.
३. आधीच्या गरोदरपणात मधुमेह असल्यास.
४. घरात मधुमेहाचा कौटुंबिक इतिहास असल्यास.
५. आधीच्या बाळंतपणात जास्त वजनाचे मूल जन्मले असल्यास.
६. आधीच्या बाळंतपणात मृत अर्भक जन्मले असल्यास किंवा नवजात बाळाला जन्मजात व्यंग असल्यास.
७. वारंवार गर्भपात होत असल्यास.
८. वारंवार लघवीच्या मार्गाचा जंतुसंसर्ग होत असल्यास.
९. लघवीमध्ये साखर आढळल्यास.
१०. उच्च रक्तदाब असल्यास गरोदरपणात मधुमेह होण्याची शक्यता जास्त असते.

गरोदरपणात मधुमेह का होतो?

गरोदरपणात गर्भाशयाला चिकटलेल्या वारेत (placenta) जे हार्मोन्स तयार होतात त्यांचा विपरीत परिणाम इन्शुलिनवर होऊन इन्शुलिनची कार्यक्षमता कमी होते. सामान्यपणे बहुतेक गरोदर महिलांमध्ये स्वादुपिंड जास्त प्रमाणात इन्शुलिनची निर्मिती करते. परंतु आवश्यक तेवढे इन्शुलिन तयार करण्यास ते असमर्थ ठरले तर रक्तातील साखरेची पातळी वाढत जाऊन त्या स्त्रीला मधुमेह होतो. प्रसूतीनंतर हे हार्मोन्स कमी झाल्यामुळे इन्शुलिनची कार्यक्षमता परत वाढते व रक्तशर्करा सामान्य होते.

गरोदरपणात मधुमेहाचे निदान झाल्यास त्याचा गर्भवती स्त्रीवर काय परिणाम होतो?

१. उच्च रक्तदाब होण्याची शक्यता वाढते.
२. जास्त वजनाच्या बाळाला जन्म देताना योनीमार्गाला इजा होऊ शकते.
३. सिझेरियनने बाळंतपण करण्याची गरज वाढते.
४. पुढील गरोदरपणात मधुमेहाची शक्यता वाढते.
५. जन्मलेल्या बाळाला प्रौढपणी मधुमेह होण्याचा संभव असतो.

गरोदरपणातील मधुमेहाचा गर्भावर काय परिणाम होतो?

साखरेची पातळी जास्त असलेले रक्त नाळेमार्फत गर्भाला पोहोचविले जाते. जास्त असलेल्या साखरेचे काही प्रमाणात चरबीमध्ये रूपांतर होऊन गर्भाचा लठ्ठपणा वाढत जातो व जास्त वजनाचे मूल जन्माला येते.

काही वेळा मूल गर्भाशयातच मृत होण्याची शक्यता असते किंवा नवजात अर्भक दगावण्याची भीती असते.

मधुमेही बायकांना झालेल्या मुलांवर मधुमेहाचा काय परिणाम दिसून येतो?

गर्भाशयात असताना जास्त ग्लुकोज पातळी असलेले रक्त मिळत असल्यामुळे बाळाच्या शरीरातही जन्मल्यानंतर बराच वेळ जास्त इन्शुलिन तयार होते. त्यामुळे या नवजात शिशुमध्ये हायपोग्लायसेमियाचा संभव जास्त असतो. काही वेळा नवजात बाळाला झटकेही येतात. त्याबरोबरच

अशा बाळांमध्ये कॅल्शियमची पातळी कमी होणे, कावीळ होणे, श्वास घेण्यास त्रास होणे, अशा प्रकारच्या तक्रारीही अधिक प्रमाणात दिसून येतात. अशा बालकांना जन्मजात मधुमेह नसला तरी प्रौढ वयात मधुमेह होण्याची शक्यता जास्त असते.

गरोदरपणातील मधुमेहासाठी रक्ततपासणी केव्हा व कशी करावी?

गर्भ राहिल्याचे निदान झाल्याबरोबर एकदा व नंतर वेळोवेळी रक्तातील साखरेची तपासणी करावी.

स्क्रिनिंग तपासणी

या तपासणीत ५० ग्रॅम ग्लुकोजचे सेवन करून १ तासाने रक्तातील साखरेची पातळी मोजली जाते. साखरेचे प्रमाण १४० मिग्रॅ.%पेक्षा जास्त

असल्यास ही धोक्याची सूचना मानावी व भविष्यात परत तपासणी करून निदान करून घ्यावे (confirmation test).

Confirmation test मध्ये पहिल्यांदा उपाशीपोटी व नंतर १०० ग्रॅम ग्लुकोज पिऊन १ तासाच्या अंतराने आणखीन ३ वेळा असे एकूण ४ वेळा रक्त तपासणीसाठी घेतले जाते. ४ पैकी २ वेळा रक्तशर्करा मर्यादेबाहेर असेल तर त्या स्त्रीला गरोदरपणात मधुमेह असल्याचे निदान केले जाते.

अपेक्षित रक्तशर्करा पातळी –

A – (Modified criteria of O'Sullivan & Mahan)

उपाशीपोटी	९० मिग्रॅ.%पेक्षा कमी.
ग्लुकोजनंतर १ तासाने	१६५ मिग्रॅ.%पेक्षा कमी.
ग्लुकोजनंतर २ तासाने	१४५ मिग्रॅ.%पेक्षा कमी.
ग्लुकोजनंतर ३ तासाने	१२५ मिग्रॅ.%पेक्षा कमी.

B – WHO criteria

WHO ने प्रमाणित केल्यानुसार एकदा उपाशीपोटी व नंतर ७५ ग्रॅम ग्लुकोज घेतल्यावर २ तासांनी रक्ततपासणी केली जाते. उपाशीपोटी ९० मिग्रॅ.%पेक्षा जास्त किंवा ग्लुकोज सेवनानंतर २ तासांनी १४० मिग्रॅ.%पेक्षा जास्त असल्यास मधुमेहाचे निदान केले जाते.

मधुमेही स्त्रीने नियमित तपासणीशिवाय आणखी कोणती लक्षणे असल्यास आपल्या डॉक्टरांना भेटावे?

१. पोटातील गर्भाच्या हालचाली कमी झाल्यास.
२. जास्त प्रमाणात उलटी किंवा इतर त्रास झाल्यास.
३. रक्तातील साखरेची पातळी खूप वाढल्यास.
४. लघवीमध्ये किटोन्स जास्त प्रमाणात आढळल्यास.

गरोदर मधुमेही स्त्रियांनी रक्तशर्करेची तपासणी किती दिवसांच्या अंतराने करावी?

गरोदर मधुमेही स्त्रियांनी सर्वकाही सुरळीत असेल तर आठवड्यातून एकदा उपाशीपोटी व जेवल्यानंतर २ तासांनी रक्तशर्करा तपासणी करावी. परंतु रक्तशर्करा आटोक्यात नसेल तर सकाळी उठल्याबरोबर, सकाळी नाश्त्याच्या आधी, नाश्त्यानंतर, दुपारी जेवणाच्या आधी जेवणानंतर, रात्रीच्या जेवणाआधी व जेवणानंतर व रात्री झोपण्यापूर्वी अशी ८ वेळा रक्ततपासणी करावी. ब्लडशुगर

इन्शुलिनच्या योग्य डोसाच्या साहाय्याने नियंत्रणात आल्यावर परत दर आठवड्यातून एकदा करावी.

गरोदरपणातील मधुमेहाचा उपचार कोणता?

योग्य आहार, नियमित व्यायाम, रक्तशर्करा नियंत्रण, वेळोवेळी तज्ज्ञांकडून तपासणी, रक्तदाब नियंत्रण यांसोबत आवश्यक तेव्हा गर्भाची तपासणी करून त्याकडे काटेकोरपणे लक्ष देणे गरजेचे आहे.

बऱ्याच महिलांचा मधुमेह या उपायांनी आटोक्यात येतो परंतु तरीही पूर्ण नियंत्रण न आल्यास तोंडावाटे घ्यायच्या गोळ्या घेऊ नये. तज्ज्ञांच्या सल्ल्याने इन्शुलिन सुरू करावे.

गरोदरपणात मधुमेह असल्यास HbA1C चे प्रमाण किती असावे?

नॉर्मल व्यक्तींमध्ये ज्यांना मधुमेह नाही अशांमध्ये HbA1C ६.२% च्या खाली असते. (नॉर्मल रेंज ४.२ – ६.२ %) गरोदर मधुमेही स्त्रिया सोडून इतर मधुमेही व्यक्तींमध्ये हे प्रमाण ७% पेक्षा कमी असल्यास मधुमेहावर चांगले नियंत्रण आहे असे समजतात. परंतु मधुमेही स्त्रियांमध्ये हा आकडा ६% च्या खाली असावा. शक्यतो ५.७% पर्यंत असल्यास चांगले. कारण HbA1C जास्त असल्यास ब्लडशुगरचे प्रमाण वाढलेले समजावे व वाढलेल्या ब्लडशुगरमुळे गर्भपात होण्याचा किंवा बाळांमध्ये जन्मजात व्यंग होण्याचा धोका असतो. परंतु हे सर्व करताना हायपोग्लायसेमिया टाळण्यासाठी डॉक्टरांच्या सल्ल्यानेच इन्शुलिनची मात्रा निश्चित करावी.

मधुमेही गरोदर स्त्रीने आहारात काही बदल करावा का?

एकूण उष्मांक खूप कमी न करता गरोदरपणात एकूण किती वजनवाढ आवश्यक आहे त्यानुसार आहार ठरवावा लागतो. साधारणपणे ४० कॅलरीज्/प्रतिकिलो या प्रमाणात एकूण कॅलरीज् लागतात. दिवसभराचे खाणे एकाच वेळी न खाता थोड्या थोड्या वेळाने विभागून घेतलेले बरे. त्यामुळे ॲसिडिटीचा त्रास होत नाही व रक्तातील साखरही कमी जास्त होत नाही. जर कमी खाल्ले किंवा उपाशी राहिले तर लघवीमध्ये किटोन्स येण्याची शक्यता वाढते. म्हणून रात्री झोपण्यापूर्वी देखील हलका नाश्ता घेऊन झोपावे.

मधुमेही गरोदर स्त्रीने साखरेऐवजी कृत्रिम गोडी आणणाऱ्या गोळ्या (artificial sweeteners) घ्याव्या का?

सॅकरीन हे वारेतून (placenta) रक्ताद्वारे गर्भापर्यंत जाते. त्यामुळे गरोदरपणात

त्याचा उपयोग करू नये. परंतु सध्या बाजारात व्यापारी नावाने उपलब्ध असलेले ॲस्पार्टेम (गोळ्या व पावडर) सुरक्षित आहे. ते वारेतून पोटातील गर्भापर्यंत पोहोचू शकत नाही व त्याचा काही विपरीत परिणामही अजूनपर्यंत आढळून आलेला नाही. त्यामुळे गरोदर स्त्री या गोळ्या किंवा पावडरचा वापर करू शकते.

गरोदर मधुमेही स्त्रीने व्यायाम करावा का?

व्यायाम हा गरोदरपणात देखील उपयोगी आहे. त्यामुळे स्नायूंची शक्ती वाढून पाठदुखीचा त्रास कमी होतो. शरीरातील इन्शुलिन जास्त कार्यक्षम होते व औषधरूपाने घ्याव्या लागणाऱ्या इन्शुलिनचा डोस कमी होतो. परंतु प्रत्येक गरोदर मधुमेही स्त्रीने कोणता, केव्हा व किती व्यायाम करावा हे आपल्या स्त्री-रोग तज्ज्ञांना विचारून मगच त्यांच्या सल्ल्यानुसार व्यायामाला सुरुवात करावी.

गरोदरपणात मधुमेहासाठी कोणते औषध घ्यावे?

तोंडावाटे घ्यावयाच्या गोळ्यांचा गर्भावर विपरीत परिणाम होण्याची शक्यता असल्याने गरोदरपणात ही औषधे न घेता आहार व व्यायामाचा फायदा न झाल्यास इन्शुलिनच सुरू करावे लागते. जसजसे दिवस पुढे जातात तसतसे गरोदरपणात तयार होणाऱ्या हार्मोन्सचे प्रमाण वाढते. त्यानुसार इन्शुलिनचा डोसही वाढवावा लागतो. रक्तातील साखरेची पातळी सतत नियंत्रणात ठेवण्यासाठी कोणत्या प्रकारचे व किती इन्शुलिन घ्यावे हे मधुमेह तज्ज्ञांच्या मार्गदर्शनाखालीच ठरवावे.

प्रसूतीदरम्यान काही विशेष काळजी घ्यावी लागते का?

सामान्य मधुमेह नसलेल्या स्त्रीसारखीच मधुमेही स्त्री बाळंत होते. आवश्यक वाटल्यास प्रसूतीदरम्यान तासातासाच्या अंतरानेदेखील रक्त तपासण्याची गरज पडते. काही वेळा बाळाचे वजन जास्त असल्यास किंवा बाळाची गर्भाशयातील वाढ ठीक नसल्यास किंवा आईची रक्तशर्करा खूप जास्त असल्यास सिझेरियन सेक्शनने प्रसूती करावी लागते.

प्रसूतीनंतर नवजात बाळाला आईच्या मधुमेहामुळे काही धोका असतो का?

कधी कधी नवजात बाळाची रक्तातील साखर कमी होऊन (hypoglycemia) त्याला झटके येऊ शकतात. म्हणून प्रसूतीनंतर लगेच त्याचे रक्त तपासले

जाते व आवश्यकता वाटल्यास शीरेवाटे ग्लुकोज दिले जाते. शक्यतो अशा बाळांना जन्मानंतर विशेष काळजी घेण्यासाठी काही तास अतिदक्षता विभागामध्ये ठेवले जाते.

मधुमेही गरोदर स्त्रीने भविष्यात कोणती खबरदारी घेतली पाहिजे?

बहुतांशी मधुमेही स्त्रियांची रक्तशर्करा पातळी ही प्रसूतीनंतर सामान्य होते. परंतु अशा स्त्रियांना पुढील गरोदरपणात व प्रौढ वयात मधुमेह होण्याची संभावना (risk) असते. म्हणून अशा स्त्रियांना भविष्यकाळातही पौष्टिक संतुलित आहार व व्यायामासोबतच वेळोवेळी रक्ततपासणी करणे आवश्यक ठरते. एकदा गरोदरपणात मधुमेह झाल्यास प्रसूतीनंतर वजन नियंत्रणात ठेऊन मधुमेह होण्याची शक्यता लांबणीवर टाकता येते.

मधुमेही स्त्रीला झालेल्या बाळांना मोठेपणी मधुमेह होण्याचा संभव असतो. म्हणून त्यांनाही लहानपणापासूनच योग्य आहार व नियमित व्यायामाची सवय लावावी. तसेच प्रसूतीनंतर जास्तीत जास्त दिवस आईचे दूध दिल्यास भविष्यात मधुमेह टाळण्यासाठी त्याचा उपयोग होतो, असे काही वैद्यकीय पाहणींत आढळून आले आहे.

२४. गोंडस गोड बालमधुमेही

"आमच्या वेळेला नव्हते हो असले काही आजार! मधुमेह म्हणजे प्रौढांचा आजार! इवल्याशा बाळाला कसा बरे होऊ शकतो मधुमेह! डॉक्टरांना पुन्हा एकदा भेटून निदानाविषयी खात्री करून घ्या किंवा दुसऱ्या एखाद्या तज्ज्ञाला भेटून त्यांचे मत घ्या. कदाचित रिपोर्टची अदलाबदल झाली असेल."

अशा प्रकारचे संभाषण नवीन निदान झालेल्या बालमधुमेहीच्या घरात अगदी नक्कीच ऐकू येते. कारण गेल्या पिढीतल्या लोकांनी लहान मुलांमध्ये मधुमेह हा क्वचितच पाहिलेला असतो. गेल्या पिढीतल्या लहान मुलांना मधुमेह होण्याचे प्रमाण आजच्यापेक्षा कमी होते. शिवाय त्या वेळी निदान होण्यापूर्वीच मधुमेहामुळे होणाऱ्या विविध गुंतागुंतींमुळे हे बालमधुमेही दगावत असत व त्याचा दोष त्यांच्या नशीबाला किंवा जादूटोण्याला देण्यात येत असे.

विज्ञान क्षेत्रात होणाऱ्या प्रगतीमुळे निदानाचे प्रमाण तर वाढलेच परंतु बदलत्या जीवनशैलीमुळे एकंदरीत बालमधुमेहींचे प्रमाणसुद्धा वाढतच आहे. अगदी लहान बालकांनादेखील मधुमेह होऊ शकतो. परंतु बहुतेक वेळा ८ ते १२ वर्षे वयोगटाच्या मुलांमध्ये याचे निदान प्रथम होते.

यालाच जुवेनाईल डायबेटिस किंवा टाईप १ डायबेटिस किंवा इन्शुलिन अवलंबी डायबेटिस असेही संबोधले जाते. कारण या रुग्णांच्या शरीरात इन्शुलिनची निर्मिती होत नसल्यामुळे यांतील सर्वच मधुमेहींना उपचारासाठी इन्शुलिनची आवश्यकता पडते. गुणसूत्रात दोष (Genetic defect) असलेल्या बालकांमध्ये काही विशिष्ट विषाणूंचा संसर्ग (उदा. Coxsackie B4 virus infection) झाल्यास स्वादुपिंडातील इन्शुलिन तयार करणाऱ्या बीटा पेशींचा नाश होऊन इन्शुलिन निर्मिती थांबते हे सध्या तरी सर्वमान्य आहे.

फक्त आहार आणि व्यायामाने लहान मुलांना होणारा मधुमेह नियंत्रणात येऊ शकतो का?

नाही. लहान मुलांना होणाऱ्या मधुमेहामध्ये शरीरातील इन्शुलिन तयार करणाऱ्या बीटा पेशी नष्ट झाल्यामुळे इन्शुलिनचा पूर्ण अभाव असतो म्हणून बाहेरून इन्शुलिन पुरवावे लागते. सोबतच आहार व व्यायाम नियमन अतिशय महत्त्वाचे असते.

इन्शुलिन तोंडावाटे घेता येते का?

नाही. जठरातील पाचक रसांमुळे इन्शुलिन निकामी होते म्हणून इन्शुलिन हे तोंडावाटे न घेता इंजेक्शनद्वारा घ्यावे लागते. बाजारात उपलब्ध असणाऱ्या विविध इन्शुलिन प्रकारांपैकी कोणते घ्यावे याची निवड तज्ज्ञ डॉक्टरांच्या सल्ल्याने करून मग इन्शुलिन सुरू करावे. सर्वसाधारणपणे किमान २ वेळा तरी इन्शुलिनचा डोस घ्यावा लागतो.

लहान मुलांमध्ये मधुमेहाची लक्षणे कोणती?

१. खूप भूक लागणे, परंतु भरपूर खाऊनही वजन कमी होत जाणे.
२. खूप तहान लागणे.
३. वारंवार लघवी होणे. रात्री झोपेत गादी ओली होणे.
४. पूर्वी चंचल असलेली मुले अचानक शांत व सुस्त होणे.
५. अभ्यासात लक्ष न लागणे.
६. खूप थकवा येणे.

सुरुवातीच्या काळात ही लक्षणे सर्वसामान्य वाटत असल्याने बहुतेक वेळा या लक्षणांकडे दुर्लक्ष केले जाते व रक्तशर्करा खूप वाढल्यानंतर झटके येणे किंवा बेशुद्ध पडणे या दुष्परिणामांमुळे मधुमेह असल्याचे प्रथमच लक्षात येते.

हनीमून पिरीयड (honeymoon period) म्हणजे काय?

मधुमेहाचे निदान झाल्यानंतर, इन्शुलिनचा योग्य वापर सुरू केल्यावर काही दिवसांनी असा कालावधी येतो की ज्या वेळी इन्शुलिनचा डोस खूप कमी करावा लागतो किंवा काही वेळा तर थोड्या दिवसांसाठी इन्शुलिन पूर्णपणे थांबवावे लागते. या काळाला 'हनीमून पिरीयड' असे म्हणतात. या कालावधीत शरीरात काही काळपर्यंत थोडेसे इन्शुलिन तयार होते. हे शरीरातील इन्शुलिनचे शेवटचे साठे असतात. परंतु थोड्याच दिवसांत पुन्हा रक्तशर्करा वाढल्यामुळे परत इन्शुलिन सुरू करावे लागते.

या 'हनीमून पिरीयड'मध्ये पालकांच्या मनात मधुमेहाच्या निदानाविषयी शंका येऊ शकते किंवा त्या वेळेस एखाद्या वैकल्पिक चिकित्सा पद्धतीद्वारे

मधुमेहाचा उपचार सुरू असेल तर या चिकित्सा पद्धतीला खोटेच श्रेय मिळते व नंतर फेरतपासणी न केल्यास अनेक दुष्परिणामांना तोंड द्यावे लागते.

लहान मुलांना किती प्रमाणात इन्शुलिन द्यावे?

लहान मुलांचे वय, वजन व त्यानुसार उष्मांकांची गरज यांवर त्यांच्या इन्शुलिनचे प्रमाण ठरवावे लागते. जसजसे वय व वजन वाढेल तसतसा इन्शुलिनचा डोस वाढवावा लागतो. शाळेची वेळ, शारीरिक श्रम, मैदानी खेळ या सर्वांचादेखील डोस ठरविण्यापूर्वी विचार करावा लागतो. तसेच डोस निश्चित करण्यापूर्वी दिवसातून बरेच वेळा व रात्रीदेखील रक्ततपासणी करावी लागते कारण रात्रंदिवस साखरेची पातळी नियंत्रणात असणे आवश्यक असते. याकरिता नियमित रक्ततपासणी अत्यंत आवश्यक आहे. म्हणून हे सर्व तज्ज्ञ डॉक्टरांच्या सल्ल्यानेच ठरवावे.

मधुमेहाचे दीर्घकालीन दुष्परिणाम टाळण्यासाठी काय करावे?

मधुमेहाचे दुष्परिणाम दीर्घकाळानंतर सर्वच इंद्रियांवर दिसून येतात. यामध्ये मुख्यत्वे रक्तवाहिन्या, मज्जातंतू, मूत्रपिंड, डोळे यांचे विकार आढळतात. संतुलित आहार, नियमित व्यायाम, वेळोवेळी रक्ततपासणी व योग्य इन्शुलिन घेतल्यास हे दुष्परिणाम नक्कीच लांबविता येतात. याकरिता रक्ततपासणी सोबतच रक्तदाब, मूत्रपिंड विकारासाठी तपासणी व डोळ्यांची तपासणी नियमितपणे करून घ्यावी.

'आपल्या मुलाला मधुमेह झाला असून आता यापुढे आयुष्यभर त्याला इन्शुलिनची इंजेक्शन्स घ्यावी लागणार' या वस्तुस्थितीचा बहुतांशी पालक धसका घेतात.

लहान वयात मधुमेहाचे निदान ही निश्चितच पूर्ण कुटुंबाला हलवून सोडणारी बाब असली तरी सध्याच्या प्रगत युगात इन्शुलिनच्या नवनव्या आविष्कारांमुळे बालमधुमेहींचे जीवन पहिल्यापेक्षा खूपच सुसह्य झाले आहे. जगातील अनेक प्रसिद्ध थोर मंडळी व अनेक जगद्विख्यात खेळाडू हे बालमधुमेही  आहेत. पाकिस्तानचा अष्टपैलू क्रिकेटवीर 'वसीम अक्रम' हा त्यांतीलच एक! तेव्हा मधुमेहाबद्दल शास्त्रोक्त माहिती मिळवून योग्य उपचार प्रणालीचा अवलंब केल्यास व सर्व कुटुंबीयांनीदेखील या बालमधुमेहींना निरुत्साही न करता त्यांची काळजी घेऊन मनोधैर्य वाढविल्यास आपल्याला हव्या त्या क्षेत्रात नेत्रदीपक घोडदौड करून हे गोंडस गोड बालमधुमेही यशाचे शिखर नक्कीच पादाक्रांत करतील यात शंका नाही.

बालमधुमेहींच्या पालकांसाठी काही महत्त्वाच्या सूचना

- अपराधीपणाची भावना मनात न आणता मुलाच्या मधुमेह निदानाचा स्वीकार करा.

- मुलाच्या आहाराच्या व इन्शुलिन इंजेक्शन्सच्या वेळांकडे दुर्लक्ष करू नका. जे पालक या गोष्टींकडे विशेष लक्ष देत नाहीत, त्यांच्या बालमधुमेहींना वारंवार दवाखान्यात दाखल करण्याची वेळ येते.
- मुलाला बालपणाचा आनंद लूटू द्या. खूप निर्बंध घातल्याने मधुमेह नियंत्रण सोपे जाईल ही चुकीची समजूत आहे.
- मधुमेह झाला म्हणून त्याच्या शिक्षणाकडे किंवा त्याच्या व्यक्तिमत्त्व विकासाकडे दुर्लक्ष करू नका.
- त्याला इतर सर्व मुलांप्रमाणेच सर्वांगीण विकासाची संधी द्या.
- शाळेतील शिक्षक, मुख्याध्यापक, इतर कर्मचारी, मैदानी खेळांवर लक्ष ठेवणाऱ्या व्यक्ती, स्कूल बसचे ड्रायव्हर अशा दैनंदिन शाळासंबंधित व्यक्तींना आपल्या मुलाच्या मधुमेहाविषयी कल्पना द्या, म्हणजे आवश्यकता पडल्यास त्याला योग्य ती मदत तातडीने मिळू शकेल.

- मित्रमैत्रिणींचे वाढदिवस व इतर पार्ट्यांच्या वेळी बर्गर, पिझ्झा, केक्स यांसारखे फास्ट फूड टाळून त्याऐवजी योग्य त्या पदार्थांची निवड करायला शिकवा.
- मधुमेहाविषयी आवश्यक ती माहिती व उपलब्ध ज्ञान मिळविल्यास मनात असलेली भीती व चिंता दूर होईल.

बालमधुमेहींच्या आदर्श उपचार प्रणालीद्वारे काय साधले जावे?

- अचानक हायपोग्लायसेमिया किंवा हायपरग्लायसेमियाचा त्रास होऊ नये.
- मधुमेहसंबंधित तक्रारींमुळे शाळेत गैरहजेरी लागू नये.
- इतरांप्रमाणेच योग्य शारीरिक वाढ व्हावी. लठ्ठपणा किंवा बारीक अंगकाठी नको.
- मानसिक असंतुलन किंवा अनिश्चितता यांची भावना मनात न येता आत्मविश्वास वाढावा.
- इतर मुलांप्रमाणेच जीवनाच्या सर्व क्षेत्रांत त्याची प्रगती व्हावी.
- दैनंदिन जीवनातील ताणतणाव कमी व्हावा.
- रक्तशर्करा, ग्लायकोसिलेटेड हिमोग्लोबिन व लिपिड प्रोफाईल निष्कर्ष योग्य नियंत्रणात असावे म्हणजे पुढील गुंतागुंती किंवा दुष्परिणाम टाळता येतील.

■

२५. वृद्ध मधुमेही

वृद्धापकाळामध्ये टाईप २ (इन्शुलिन अनावलंबी) मधुमेहाचे प्रमाण जास्त असले तरी टाईप १ (इन्शुलिन अवलंबी) मधुमेहदेखील या वयात होऊ शकतो.

उतारवयातील नाजूक तब्येतीमुळे आणि इतर आजारांमुळे मधुमेहाला आटोक्यात ठेवणे म्हणजे तारेवरची कसरतच आहे. रक्तशर्करा खूप वाढली किंवा खूप कमी झाली तरी लवकर लक्षात येत नाही कारण

१. वाढत्या वयाबरोबर ग्लुकोज धारण क्षमता (renal threshold) वाढत जाते. त्यामुळे रक्तातील साखरेची पातळी सामान्य पातळीच्यावर गेली तरीही लघवीत साखर आढळून येत नाही. म्हणून फक्त लघवीच्या तपासणीने ढोबळ अंदाज लावता येत नाही.

२. बहुतांशी वृद्धांमध्ये तहान कमी झाल्याने पाणी पिणे कमी होते. शरीरातील पाण्याचे प्रमाण कमी झाल्याने (dehydration) रक्तशर्करा पातळी वाढून संभ्रमावस्थेमुळे मनाचा गोंधळ उडतो व चिडचिड होते.

३. रक्तशर्करा खूप कमी झाली तरीही हायपोग्लायसेमियाची नेहमी आढळणारी लक्षणे, या वयोगटात कमी प्रमाणात आढळतात. म्हणून त्याचे निदान होण्यास उशीर होतो व पुढील गुंतागुंतींचा सामना करावा लागतो.

या वयातील मधुमेहींच्या बाबतीत इतर काही महत्त्वाच्या बाबी म्हणजे —

- बहुतांशी वृद्ध मधुमेहींना उच्च रक्तदाब व हृदयविकाराचा त्रास असतो.
- काही वृद्ध मधुमेहींमध्ये उदासीनता, भूक मंदावणे, वजन कमी होणे,

हातापायांना मुंग्या येणे व हातपाय दुखणे ही लक्षणे एकत्रित दिसून येतात.
- काहींच्या बाबतीत डोळ्यांच्या स्नायूंना नियंत्रणात ठेवणाऱ्या मज्जातंतूंवर परिणाम झाल्याने दृष्टिदोष निर्माण होतो.
- हातापायांच्या स्नायूंवर व मज्जातंतूंवर झालेल्या परिणामामुळे, बसलेल्या अवस्थेतून उठण्यास किंवा उभे राहण्यास त्रास होतो.
- मूत्रपिंडांवर परिणाम (papillary necrosis) होऊन ती निकामी होण्याची शक्यता वाढते.
- भूक कमी झाल्याने, गिळण्यास त्रास असल्याने व उदासीनतेमुळे खाण्याच्या वेळांकडे व संतुलित आहाराकडे दुर्लक्ष केले जाते. त्यामुळे आवश्यक ते सर्व अन्नघटक योग्य प्रमाणात मिळत नाहीत.

या सर्व सोबतच्या व्याधींमुळे तब्येत ठणठणीत ठेवणे वृद्धांना कठीण जाते. म्हणून उपचार प्रणाली ठरविताना काळजीपूर्वक निर्णय घ्यावे लागतात. औषधोपचार ठरविण्यापूर्वी त्यांचे वय, मानसिक स्थिती, त्यांना असलेले इतर आजार, त्या व्याधींसाठी सुरू असलेली औषधे या सगळ्यांचा विचार करून मगच योग्य ते वेळापत्रक व त्यांच्या दृष्टीने उत्तम औषध (गोळ्या किंवा इन्शुलिन अथवा दोन्ही) निवडावे लागते.

२६. स्वयंनियंत्रण

घरच्या घरी रक्तशर्करेचे नियंत्रण करण्यासाठी विशिष्ट प्रकारच्या पट्ट्या मिळतात. त्यांच्या सहाय्याने अगदी सहज लघवीतील किंवा रक्तातील साखरेचा अंदाज लावता येतो.

रक्तातील साखरेची पातळी मोजण्यासाठी फक्त थेंबभर रक्ताची आवश्यकता असते व त्याचा निष्कर्षही ताबडतोब म्हणजे काही सेकंदांमध्येच मिळतो. याकरिता दोन प्रकारच्या पट्ट्या उपलब्ध आहेत. काही पट्ट्यांचा उपयोग करून रंगात झालेल्या बदलाने (सोबत दिलेला रंगाचा तक्ता पाहून) रक्तशर्करेचा अंदाज लावता येतो तर दुसऱ्या प्रकारच्या पट्ट्यांनी नक्की आकडा कळतो. त्याकरिता 'ग्लुकोमीटर' नावाचे छोटेसे यंत्र वापरावे लागते. बाजारात सध्या विविध कंपन्यांचे ग्लुकोमीटर मिळतात. ग्लुकोमीटर वापरण्याची पद्धत अतिशय सोपी असल्याने नियमितपणे इन्शुलिनचा वापर करणाऱ्या व्यक्तींसाठी किंवा इतर कारणाने वारंवार रक्ततपासणीची आवश्यकता भासल्यास घरच्या घरी रक्तशर्करा तपासणे त्यामुळे शक्य झाले आहे. रक्तातील साखर रात्री किंवा इतर वेळी अचानक खूप कमी (हायपोग्लायसेमिया) किंवा खूप जास्त (हायपरग्लायसेमिया) झाल्यास उद्भवणाऱ्या गुंतागुंती टाळण्यासाठी याचा खूपच उपयोग होतो.

हे स्वयंनियंत्रण सर्वांनी केले तर फारच उत्तम. अन्यथा किमान खालील मधुमेहींच्या दृष्टीने तरी ते फारच आवश्यक आहे.
१. इन्शुलिन अवलंबी मधुमेही.
२. ज्यांची रक्तशर्करा पातळी सतत कमी-जास्त होते.
३. ज्या व्यक्तींना नेहमी नेहमी हायपोग्लायसेमिया किंवा हायपरग्लायसेमियाचा त्रास होतो.

४. आजारपणात.

५. गरोदरपणात.

दिवसातून कोणत्या वेळी रक्ततपासणी करावी?

१. सकाळी उपाशी पोटी.

२. जेवणापूर्वी व जेवणानंतर २ तासांनी.

३. व्यायामापूर्वी व व्यायामानंतर.

४. रात्री झोपण्यापूर्वी.

५. रात्री अचानक केव्हाही झोपेत त्रास झाल्यास.

रक्तातील साखरेची पातळी ही सारखी बदलत असते. त्यामुळे काही दिवस नियमित तपासणी केल्यास आहार, व्यायाम व औषधोपचार यांचे वेळापत्रक ठरविता येते. तसेच मधुमेहतज्ज्ञांकडे जाताना वेगवेगळ्याा वेळचे रक्ततपासणीचे निष्कर्ष (reports) सोबत नेल्यास इन्शुलिनचा डोस ठरविणे सोपे जाते.

ग्लुकोमीटर म्हणजे काय?

बोटातील थेंबभर रक्ताद्वारे त्वरित रक्तशर्करा पातळी मोजण्यासाठी उपयोगात येणारे ग्लुकोमीटर म्हणजे एक छोटेसे यंत्र होय.

याचे मुख्यत्वे दोन प्रकार आहेत. पहिल्या प्रकारात रक्तशर्करा तपासणीसाठी केमिकल पट्ट्यांचा उपयोग करतात. थेंबभर रक्त या पट्टीवर घेऊन त्यायोगे होणारा रंगातील बदल यंत्राच्या साहाय्याने तपासला जाऊन रक्तशर्करेचा अंदाज लावला जातो. सध्या याचा वापर कमी होत असून दुसऱ्या प्रकारचे ग्लुकोमीटर जास्त प्रचलित आहे.

दुसऱ्या प्रकारच्या यंत्रामध्ये रक्तशर्करेवर अवलंबून असलेला विद्युत् प्रवाह (electron transfer technique) मोजला जाऊन त्यायोगे रक्तशर्करा मोजली जाते.

ग्लुकोमीटर वापरताना कोणती काळजी घ्यावी?

१. ग्लुकोमीटर वापरण्यापूर्वी तपासणीची पद्धत तज्ज्ञांकडून नीट शिकून घ्यावी.

२. रक्ततपासणीच्या पट्ट्यांचा उपयोग करण्याआधी त्यावरची वापरण्याची अंतिम तारीख पाहून घ्यावी.

३. पट्ट्यांची (glucose strips) नवीन बाटली खरेदी केल्यानंतर प्रत्येक

वेळी ग्लुकोमीटर कॅलिब्रेट करावे व बाटली सूर्यप्रकाशापासून दूर, थंड व कोरड्या जागी ठेवावी.

४. रक्त तपासणीपूर्वी हात स्वच्छ धुऊन कोरडे करावेत.

५. अधूनमधून लॅबॉरेटरीमध्ये जाऊन रक्त तपासून ग्लुकोमीटरच्या रिपोर्टबद्दल खात्री करावी. (शक्यतो उपाशी पोटी)

ग्लुकोमीटर कसे वापरावे?

ग्लुकोमीटर वापरताना यंत्रासोबत दिल्या गेलेल्या सूचना लक्षपूर्वक पाळाव्यात.

काही विशेष सूचना

१. हात स्वच्छ धुऊन कोरडे करावेत. बोटाला साबण किंवा इतर रसायन यांचा अंश असल्यास चुकीचा निष्कर्ष निघू शकतो.

२. बोटाला एकदाच वापरायच्या लॅन्सेटने टोचल्यानंतर आवश्यक तेवढा रक्ताचा थेंब घ्यावा.

३. रक्त तपासणीपट्टीवर लावताना फक्त रक्ताचा पट्टीला स्पर्श व्हावा. त्या ठिकाणी बोट दाबू नये.

४. पट्टीवरील संवेदक भाग पूर्णपणे झाकला जाईल एवढा रक्ताचा थेंब असावा.

लॅन्सेट (lancet) म्हणजे काय?

रक्ततपासणीसाठी बोटातून रक्त काढण्याच्या छोट्याशा सुईला लॅन्सेट असे म्हणतात. याकरिता प्रत्येक वेळी नवीन लॅन्सेट वापरावे.

नजीकच्या भविष्यात लेसर बीमच्या साहाय्याने (सुईचा वापर न करता) बोटातून रक्त काढता येईल असे म्हटले जाते. यामुळे प्रत्येक वेळेस नवीन सुई वापरण्याची आवश्यकता पडणार नाही.

ग्लुकोमीटरसाठी उपयोगात येणाऱ्या रासायनिक पट्ट्या वापरण्यापूर्वी कोणती काळजी घ्यावी?

- सर्वप्रथम बाटलीवरील 'Expiry Date' तपासून पाहावी.
- बाटली योग्य त्या तापमानात ठेवली आहे ना याची खात्री करून घ्यावी.
- एकदा बाटली उघडल्यावर लवकरात लवकर बंद करावी. पट्ट्यांना प्रकाशात ठेवू नये.
- प्रत्येक वेळी नवीन बाटली आणल्यावर ग्लुकोमीटर कॅलिब्रेट करावे.

ग्लुकोमीटर व्यवस्थित कार्य करीत आहे किंवा नाही ते कसे ओळखावे?

अधूनमधून उपाशीपोटी रक्त तपासण्याकरिता लॅबमध्ये जावे व तिथे रक्ताचा नमुना देतानाच स्वतःच्या ग्लुकोमीटरवरदेखील रक्त तपासून पाहावे. दोन्ही निष्कर्ष सारखे असावे.

ग्लुकोमीटरच्या साहाय्याने रक्ततपासणी करताना रिपोर्टमध्ये चूक होण्याची शक्यता आहे का?

होय. काही प्रसंगी उदा. रक्तातील हिमोग्लोबिनचे प्रमाण खूप कमी असल्यास (anaemia) रक्तदाब कमी असल्यास, बोटांवर सूज असल्यास आवश्यक तेवढे रक्त बोटातून न निघाल्यामुळे चुकीचा रिपोर्ट येऊ शकतो.

ग्लुकोमीटरने तपासलेल्या रक्ताचा रिपोर्ट व लॅबोरेटरीमधील रिपोर्ट यांमध्ये तफावत असू शकते का?

ग्लुकोमीटरद्वारे सूक्ष्म रक्तवाहिन्यांतील रक्तशर्करा तपासली जाते, तर लॅबमध्ये सिरींजने मोठ्या रक्तवाहिनीतील (vein) रक्तशर्करा तपासली जाते. उपाशीपोटीचे निष्कर्ष जवळपास सारखे असले तरी जेवल्यानंतरच्या निष्कर्षांमध्ये साधारणपणे १५ टक्क्यांपर्यंत फरक असू शकतो.

स्वतःसाठी ग्लुकोमीटर खरेदी करताना कोणती काळजी घ्यावी?

१. रक्ततपासणीच्या निष्कर्षांचे आकडे स्पष्ट व मोठे दिसतील असा स्क्रीन असावा.
२. स्वयं कॅलिब्रेट होणारे यंत्र असावे.
३. यंत्रामध्ये रिपोर्टस्‌ची नोंद राहील अशी मेमरी (memory) असावी.
४. ग्लुकोमीटर वापरण्यास सोपे असावे.
५. याकरिता लागणाऱ्या पट्ट्या माफक दरात सर्वत्र उपलब्ध असाव्यात.

बोटातून रक्त न काढता रक्ततपासणी शक्य आहे काय?

पाश्चात्य देशांमध्ये मनगटाला बांधता येणाऱ्या घड्याळासारखे यंत्र (ग्लुकोवॉच) निघाले आहे. याच्या वापराने रक्तशर्करा तपासली जाऊ शकते. ग्लुकोजची पातळी खूप कमी झाल्यास धोक्याची सूचना म्हणून घंटा वाजून रुग्णाला त्याची जाणीव करून दिली जाते. परंतु भारतामध्ये अजून तरी याचा वापर नाही.

■

२७. आजारपण व मधुमेह

सर्दी, खोकला, फ्लू किंवा इतर प्रकारचा जंतुसंसर्ग झाल्यास शरीरात काही रसायने किंवा हार्मोन्स तयार होतात, ज्यायोगे इन्शुलिनच्या कार्यक्षमतेत बिघाड होऊन रक्तशर्करेचे नियंत्रण डळमळीत होते. अशा वेळी नेहमीपेक्षा जास्त वेळा रक्ततपासणी आवश्यक ठरते व तज्ज्ञांच्या सल्ल्यानुसार डोसदेखील बदलावा लागतो.

- आजारपणामुळे मानसिक तणाव वाढल्यामुळे तयार होणाऱ्या हार्मोन्सचा परिणाम होऊन रक्तशर्करा वाढण्याची शक्यता असते.
- इन्शुलिन अवलंबी टाईप १ मधुमेहींमध्ये रक्तशर्करा झपाट्याने वाढून किटोन्सदेखील वाढू शकतात. काही वेळा रुग्ण बेशुद्धदेखील होऊ शकतो.
- इन्शुलिन अनावलंबी टाईप २च्या वृद्ध मधुमेहींमध्येदेखील गंभीर आजारपणात रक्तशर्करा खूप वाढून बेशुद्धावस्था येऊ शकते.

आजारपणात नियमित घेतल्या जाणाऱ्या औषधांमध्ये बदल करण्याची आवश्यकता असते का?

- इन्शुलिन अवलंबी टाईप १ मधुमेहींमध्ये बऱ्याच वेळा आजारपणात इन्शुलिनचा डोस थोडासा वाढवावा लागतो.
- इन्शुलिन अनावलंबी प्रौढ मधुमेहींमध्ये गंभीर आजारपणात काही काळापुरते इन्शुलिन सुरू करावे लागते व आजारपणानंतर पुन्हा पूर्ववत सुरू असलेल्या तोंडावाटे घ्यायच्या गोळ्या घेता येतात.

आजारपणात आहाराबद्दल कोणती काळजी घ्यावी?

- नेहमीसारखा सकस, पौष्टिक व संतुलित आहार घेत राहावा.
- रोजच्या आहारातील द्रव पदार्थांचे मुख्यत्वे पाण्याचे प्रमाण वाढवावे.

इतर औषधे सुरू केल्यास कोणती काळजी घ्यावी?

- नवीन सुरू केलेल्या औषधांच्या बाटलीवरील लेबलवर त्यात असलेल्या साखरेचे प्रमाण तपासून पाहावे व त्यामध्ये साखरेचे प्रमाण जास्त असल्यास तज्ज्ञांचा सल्ला घ्यावा.
- काही काही प्रसंगी ॲस्पिरिनसारख्या साखर नसलेल्या औषधांच्या वापरानेदेखील रक्तातील साखरेची पातळी वाढू शकते. म्हणून आजारपणात कोणतेही नवीन औषध सुरू करण्यापूर्वी तज्ज्ञांचा योग्य सल्ला घेणे अतिशय आवश्यक आहे.

२८. मधुमेहींचा प्रवास

लांब पल्ल्याच्या, मोठ्या कालावधीच्या प्रवासात दैनंदिन दिनचर्या बदलल्यामुळे रक्तशर्करा नियंत्रण डळमळीत होते. व्यायाम, खाण्याच्या व औषधांच्या वेळा सांभाळणे कठीण होते. म्हणून प्रवासाला निघण्यापूर्वी व प्रवासातदेखील मधुमेहींनी काही काळजी घेणे आवश्यक आहे.

प्रवासाला निघण्यापूर्वी कोणती पूर्वतयारी करावी?

१. आपण वापरत असलेल्या गोळ्या दुसऱ्या ठिकाणी कदाचित न मिळण्याची शक्यता असते. म्हणून पूर्ण कालावधीची औषधे सोबत ठेवावीत.

२. इन्शुलिन अवलंबी मधुमेहींनी इन्शुलिनची बाटली, सिरिंजेस व ग्लुकोमीटर सोबत ठेवावे.

३. डायबेटिक कार्ड व ओळखपत्र सतत जवळ बाळगावे.

४. साखरेची पुडी, चॉकलेट्स किंवा फळे बरोबर असावीत म्हणजे हायपोग्लायसेमियाची लक्षणे दिसल्यास धावपळ होणार नाही.

प्रवासादरम्यान कोणत्या गोष्टींकडे विशेष लक्ष द्यावे?

- इन्शुलिन खूप गरम (उदा. ऊन पडेल अशा ठिकाणी, कारचे ग्लोव्ह कंपार्टमेंट) किंवा खूप गार जागी ठेवू नये.
- प्रवासात त्रास होणार नाही अशी सैलसर पादत्राणे वापरावीत.

- रोज पायांचे निरीक्षण करून पाय स्वच्छ ठेवावेत.
- विमानात प्रवास करताना इन्शुलिनची बाटली हँडबॅगमध्ये ठेवावी.

मधुमेही व्यक्ती वाहन चालवीत असल्यास कोणती खबरदारी घ्यावी?

अचानक होणारा हायपोग्लायसेमिया व डोळ्यांवर होणारा परिणाम यांमुळे मधुमेहींमध्ये अपघाताची शक्यता जास्त असते. हे टाळण्यासाठी खालील प्रसंगी वाहन चालविणे थांबवावे

१. रक्तशर्करा पातळी कमी-जास्त झाल्यामुळे दृष्टी समस्या उद्‌भवल्यास. (उदा. दृष्टी धूसर होणे, एका वस्तूच्या एकापेक्षा जास्त प्रतिमा दिसणे, ट्रॅफिक सिग्नल्स ओळखण्यास त्रास होणे).
२. वारंवार हायपोग्लायसेमियाचा त्रास होत असल्यास.
३. नवीन निदान झालेल्या इन्शुलिन अवलंबी मधुमेहींनी रक्तशर्करा योग्य नियंत्रणात येईपर्यंत वाहन न चालविणे हितावह होय.

■

२१. मधुमेह व उपवास

भारतामध्ये अनेक धर्म, पंथ व जाती यांचे लोक गुण्यागोविंदाने नांदत असतात व सर्व धर्मांच्या लोकांमध्ये वर्षभरात अनेक उपवास करण्याची प्रथा असते.

नेहमी उपवास केल्याने मधुमेहींमध्ये अनेक प्रकारच्या समस्या उद्‌भवू शकतात. एक दिवस उपवास केल्यानंतर दुसऱ्या दिवशी उपवास सोडताना दुप्पट खाल्ल्याने लठ्ठपणा व स्थूलपणा वाढतो व त्यामुळे पुढील तक्रारींना सुरुवात होते.

काही वेळा उपवासाच्या दिवशी न जेवता औषध घेतल्यास हायपोग्लायसेमियाचा त्रास होऊ शकतो तर काही प्रसंगी औषधे बंद केल्याने हायपरग्लायसेमिया होऊ शकतो. म्हणून मधुमेहींनी शक्यतो उपवास करण्याचे टाळावे. उपवास करणे अगदी अपरिहार्यच असेल तर आपल्या डॉक्टरांना विचारून औषधांच्या डोसमध्ये योग्य तो बदल करावा.

कोणत्या मधुमेहींनी उपवास करण्याचे निश्चितपणे टाळावे?

१. इन्शुलिन अवलंबी टाईप १ मधुमेही.
२. रक्तशर्करा नियंत्रण डळमळीत असलेले इन्शुलिन अनावलंबी मधुमेही.
३. उच्च रक्तदाब किंवा इतर हृदयविकार असलेले मधुमेही.
४. मधुमेहाचे इतर दुष्परिणाम किंवा गुंतागुंती असल्यास.
५. गरोदरपणात मधुमेह असल्यास.
६. यापूर्वी उपवासाच्या वेळी हायपोग्लायसेमिया किंवा हायपरग्लायसेमियाचा त्रास झाला असल्यास. ■

३०. मधुमेह प्रतिबंध

गेल्या काही दशकांमध्ये पाश्चात्त्यीकरणाच्या नावाखाली जीवनशैलीत आमूलाग्र बदल घडवून मधुमेहाने जगातील कोट्यवधी लोकांना आपल्या जाळ्यात कसे अडकविले आहे हे आपण मागील प्रकरणांतून पाहिले. सध्या दिसणारे हे स्वरूप एखाद्या हिमनगासारखेच आहे असे म्हटल्यास वावगे ठरणार नाही. भारतात तर ही समस्या दिवसेंदिवस जास्तच भयानक होणार असे चित्र दिसत आहे. सध्या भारतात साडेतीन कोटी मधुमेही असून सन २०२५पर्यंत हा आकडा ५.७ कोटीपर्यंत जाईल असा अंदाज वर्तविला जात आहे.

पुढील पिढीचे या वाळवीपासून संरक्षण करण्याकरिता आपण आजपासूनच सुरुवात करायला हवी. ही काही अशक्यप्राय गोष्ट नसून खाली नमूद केलेल्या काही गोष्टींचा अवलंब केल्यास व आपण सर्वांनी मिळून प्रयत्न केल्यास मधुमेहाला दूर ठेवणे सहज शक्य होईल.

त्या दृष्टीने महत्त्वाचे मुद्दे :

१. लठ्ठपणा घालवून योग्य वजन ठेवण्यासाठी
   संतुलित आहार.
   नियमित व्यायाम.
   सकारात्मक दृष्टिकोन.

२. रक्तातील मेदघटकांचे प्रमाण संतुलित राखण्यासाठी
   आहारातील स्निग्ध पदार्थांचे प्रमाण कमी.
   मांसाहारापासून दूर.

३. मद्यपान व धूम्रपान वर्ज्य.
४. दैनंदिन ताणतणावाचे नियोजन.
५. विवाहपूर्व सल्लामसलत.
६. नियमित वैद्यकीय तपासणी.
७. रक्तशर्करा वाढविणाऱ्या औषधांचा कमीत कमी वापर. (उदा. स्टिरॉइड्स) याचा प्रसार होण्यासाठी शाळा, कॉलेजेसमधून लहान वयातच माहिती व योग्य दिशादर्शन दिल्यास, तसेच स्वयंसेवी संस्थांनी पुढे येऊन प्रौढांसाठी ठिकठिकाणी चर्चासत्रांचे आयोजन करून जनजागृती केल्यास मधुमेह प्रतिबंधाच्या कार्यास निश्चितच हातभार लागेल.

शेवटी सर्वांना निरामयी, आनंदी व समाधानी दीर्घायुष्याची शुभकामना देत आपल्या विचारांना पूर्णविराम.

सर्वे भवन्तु सुखिनः सर्वे सन्तु निरामयाः
सर्वे भद्राणि पश्यन्तु मा कश्चित् दुःखभाक् भवेत्।।

∎

परिशिष्ट १

आपणास मधुमेहाची शक्यता आहे का? प्रश्नावली

खाली दिलेल्या लक्षणांपैकी आपल्याला काही होत असल्यास त्यावर खूण करा. प्रत्येक लक्षणासाठी समोर दिल्याप्रमाणे गुण द्या. या सर्व गुणांची बेरीज करा. ही बेरीज जर ८पेक्षा अधिक असेल तर तुम्हाला मधुमेह असण्याची शक्यता आहे. आपल्या डॉक्टरांकडे जाऊन रक्त-लघवी तपासणी करून वेळीच निदान करून घ्या व पुढे होणारे दुष्परिणाम टाळा.

नाव : **वय :**

लक्षणे	**गुण**	**मिळालेले गुण**
खूप भूक लागणे	२	
खूप तहान लागणे	४	
वारंवार लघवी होणे	४	
अतिशय थकवा येणे	२	
जखम लवकर बरी न होणे	२	
लैंगिक समस्या/संसर्ग	३	
अचानक वजनात घट	२	
स्थूलपणा / लठ्ठपणा	३	
हातापायाना मुग्या येणे	२	
दृष्टी धूसर होणे किंवा		
चष्म्याचा नंबर वारंवार बदलणे	२	
मानसिक ताणतणाव	२	
आनुवंशिकता घरामध्ये आई किंवा वडिलांना मधुमेह घरामध्ये आई आणि वडील दोघांना मधुमेह	 २ ४	
एकूण गुण	३४	

मधुमेहाच्या निदानासाठी आदल्या दिवशी रात्री नेहमीसारखे भोजन करावे. सकाळी उठून काहीही न खाता-पिता, (पाणी चालते) रक्त तपासणीसाठी द्यावे. पहिले सँपल घेतल्यावर ७५ ग्रॅम ग्लुकोज १ ग्लास पाण्यात मिसळून ते प्यायल्यानंतर २ तासांनी परत एकदा रक्त तपासण्यासाठी द्यावे.

उपाशीपोटी रक्तशर्करा १२६ मिग्रॅ.%पेक्षा जास्त व ग्लुकोज घेतल्यानंतर दोन तासांनी २०० मिग्रॅ.%पेक्षा जास्त असल्यास त्या व्यक्तीला मधुमेह आहे असे निश्चित समजावे.

∎

परिशिष्ट २

मधुमेहाचे आदर्श नियंत्रण (Optimal Control)

मधुमेहाचे योग्य नियंत्रण ठरविण्यासाठी खाली दिलेला तक्ता उपयोगी पडेल.

नियंत्रण	चांगले	ठीक	वाईट
उपाशी पोटी ग्लुकोज पातळी मिग्रॅ.%	८०-११०	१११-१२५	>१२५
जेवल्यानंतर ग्लुकोज पातळी मिग्रॅ.%	१२०-१४०	१४१-२००	>२००
कोलेस्टेरॉल पातळी मिग्रॅ.%	<१८०	१८०-२००	>२००
एच.डी.एल कोलेस्टेरॉल मिग्रॅ.%	>४५	३५-४५	<३५
एल.डी.एल. कोलेस्टेरॉल मिग्रॅ.%	<१००	१००-१३०	>१३०
ट्रायग्लिसेराइड्स मिग्रॅ.%	<१५०	१५०-२००	>२००
रक्तदाब मि.मि. Hg	<१३०/८०	१३०/८०-१४०/९०	>१४०/९०

परिशिष्ट ३

मधुमेहीने वर्षातून एकदा करावयाच्या तपासण्या

१. सी.बी.सी, ई.एस.आर. (CBC, ESR)
२. लिपिड प्रोफाईल (Lipid Profile)
३. ब्लड युरिया (Blood Urea)
४. सिरम क्रिॲटिनिन (Serum Creatinine)
५. लिव्हर एन्झाइम् (SGOT, SGPT)
६. ग्लायकोसिलेटेड हिमोग्लोबिन (HbA_1C)
७. लघवीची संपूर्ण तपासणी. (Routine Urine Analysis)
८. मायक्रोअल्ब्युमिन्युरिया टेस्ट (Microalbuminuria Test)
९. हृदयाचा विद्युत आलेख-कार्डिओग्राम-इ.सी.जी. (ECG)
१०. डोळ्यांची संपूर्ण तपासणी. (Opthalmic Check Up)
११. Tread Mill Test (TMT)

■

परिशिष्ट ४

Monthly Record

Name :

DATE	FBSL	PMBSL	Glycated Haemoglobin HbA$_1$C (Once in 3 months)	Weight	B. P.	Comment

परिशिष्ट ५

Diabetic Record

Name :

Tests which a diabetic should undergo once a year

DATE			
CBC (Complete blood counts)			
ESR			
Urine routine			
Urine – microalbumin			
Blood Urea			
Serum Creatinine			
Uric Acid			
Total Cholesterol			
HDL Cholesterol			
LDL Cholesterol			
Triglycerides			
ECG			
Tread Mill Test (TMT)			

EYE Examination :

Date	Visual acuity	Intra ocular pressure	Fundus examination

परिशिष्ट ६

उष्मांकांचा जमाखर्च

- रोजच्या दैनंदिन दिनचर्येसाठी आपल्याला ऊर्जेची गरज असते.
- उष्मांक किंवा कॅलरी म्हणजे ऊर्जा मोजण्याचे परिमाण.
- कर्बोदके, प्रथिने व स्निग्ध पदार्थ हे उष्मांक देणारे मुख्य अन्नघटक होत.
- आपण काहीही करत नसताना किंवा झोपेतसुद्धा श्वसन, रक्ताभिसरण, अन्नाचे पचन या मूलभूत क्रियांसाठी उष्मांक वापरले जातात.

विविध क्रियांसाठी खर्च होणारे उष्मांक

(उदा. ६० किलो वजनाच्या व्यक्तीसाठी)

क्रिया	खर्च होणारे प्रति मिनिट उष्मांक
१. दैनंदिन कामे उदा. उठणे, बसणे, खाणे, लिहिणे, वाचणे इत्यादी.	१.५
२. ५ कि.मी. प्रतितास चालणे	३
७ कि.मी. प्रतितास चालणे.	४.५
९ कि.मी. प्रतितास चालणे	९.०
३. बागकाम	५.०
४. सायकलिंग	५.०
५. कार चालविणे	२
६. नृत्य करणे	५.०
७. टेबल टेनिस,टेनिस, बॅडमिंटन यांसारखे खेळ	५.० ते ६.०
८. पोहणे	९.०

- आपण झोपेत असतानासुद्धा, श्वसन, रक्ताभिसरण, पचन यांसारख्या मूलभूत क्रियांसाठी साधारणपणे ३६ कॅलरीज् प्रति तास खर्च होतात.
- ज्या उष्मांकांचा ऊर्जा निर्मितीसाठी उपयोग केला जात नाही ते शरीरात चरबीच्या रूपात साठविले जातात.
- वेगवेगळे शारीरिक श्रम करणाऱ्या व्यक्तींसाठी उष्मांकांची गरज वेगवेगळी असते.

उदा. बैठी कामे करणारे व्यवसायी, कारकून, डॉक्टर, अधिकारी.

आवश्यक कॅलरीज् = आदर्श वजन × ३०

मध्यम प्रकारचा व्यायाम करणाऱ्या व्यक्ती उदा. पोस्टमन, बस कंडक्टर इत्यादी.

आवश्यक कॅलरीज् = वजन × ४०

जास्त शारीरिक श्रमाची काम करणारे मजूर, शेतकरी इत्यादी.

आवश्यक कॅलरीज् = वजन × ५०

गरोदर स्त्रियांना ३०० कॅलरीज् प्रतिदिवस व स्तनपान करणाऱ्या मातांना ७०० कॅलरीज् प्रतिदिवस अधिक उष्मांकांची गरज असते.

■

परिशिष्ट ७

मधुमेहींना उपयुक्त नाश्त्यासाठी काही पदार्थ

१. **अंकुरित अमृतान्न :** या पदार्थांमध्ये मुख्यतः संपृक्त कर्बोदके असून स्निग्ध पदार्थ कमी प्रमाणात असतात.

२. **इडली-सांबार :** भरपूर भाज्या घालून व कमी तेलात फोडणी दिलेले सांबार.

३. **उपमा :** भरपूर भाज्या घालून नॉनस्टिक पॅनमध्ये करावा.

४. **पोहे :** निरनिराळ्या प्रकारच्या भाज्या घालून कमी तेलात फोडणी द्यावी.

५. **दडपे पोहे :** पोहे भिजवून फोडणी न घालता दही वापरावे व त्यामध्ये बारीक चिरलेला कांदा, काकडी, टोमॅटो व कोथिंबीर घालावी.

६. **भेळ :** मुरमुरे + फुटाणे, भरपूर कांदा, टोमॅटो, काकडी, उकडलेले बटाटे, कोथिंबीर व चिंचेची चटणी घालून करावी.

७. **पराठे :** यामध्ये उकडलेले बटाटे, पानकोबी, फुलकोबी, पनीर, कांदा, कोथिंबीर व पालक यांचा वापर करावा. तव्यावर भाजताना तेल न वापरता थोडासा पाण्याचा वापर करावा.

८. **खमण ढोकळा.**

९. **खाकरा + उकडलेले हिरवे मूग.**

१०. **ताजी फळे व भाज्या :** खरबूज, टरबूज, पेरू, सफरचंद, काकडी, गाजर, टोमॅटो.

११. **व्हेज सँडविच :** कोथिंबीर-पालकाची हिरवी चटणी व गाजर, काकडी, टोमॅटोच्या चकत्या घालून केलेले ब्रेड सँडविच.

■

परिशिष्ट ८

१६०० कॅलरीज् पुरविणारा आदर्श दैनंदिन आहार

		उष्मांक
नाश्ता	अंकुरित अमृतान्न (३० ग्रॅम)	१२०
	पोहे किंवा उपमा किंवा इतर सुचविलेला नाश्ता	२००
	साय काढलेल्या दुधाचा एक कप चहा	५०
	एकूण	**३७०**
दुपारचे भोजन	३ फुलके (तेल, तूप, नको)	२४०
	१ वाटी साधे वरण (२५ ग्रॅम डाळ)	१००
	१ वाटी भात (२५ ग्रॅम तांदूळ)	१००
	१ वाटी भाजी (कमी तेलात बनविलेली)	१००
	भरपूर कोशिंबीर, सॅलड्स	५०
	दही किंवा ताक (१ वाटी)	५०
	एकूण	**६४०**
संध्याकाळचा चहा	साय काढलेल्या दुधाचा एक कप चहा	५०
	४ मारी बिस्किट्स किंवा फळे किंवा भेळ	८०
	एकूण	**१३०**
रात्रीचे भोजन	२ फुलके किंवा १ पोळी + थोडा भात	१६०
	१ वाटी साधे वरण (२५ ग्रॅम डाळ)	१००
	१ वाटी पालेभाजी किंवा फळभाजी	१००
	कोशिंबीर (भरपूर)	५०
	दही किंवा ताक (१ वाटी)	५०
	एकूण	**४६०**

दिवसभरातील एकूण कॅलरीज् = ३७०+६४०+१३०+४६० = १६००
(१ पोळी = २० ग्रॅम कणीक, १ वाटी वरण = २५ ग्रॅम डाळ, १ वाटी भात = २५ ग्रॅम तांदूळ)

■

परिशिष्ट ९

अंकुरित अमृतान्न

साहित्य :

हिरवे मूग	– १ वाटी
मटकी (मोठ)	– १/२ वाटी
चणे	– १/२ वाटी
गहू	– १/४ वाटी
शेंगदाणे	– १/२ वाटी

कृती : वरील सर्व साहित्य एकत्र करून छोट्या बरणीत भरून ठेवावे.

रोज सकाळी या मिश्रणातील १/४ वाटी (साधारण ३० ग्रॅम) मिश्रण स्वच्छ पाण्याने धुऊन भिजत घालावे. रात्री झोपण्यापूर्वी यातील पाणी निथळून कापडात बांधावे किंवा हवाबंद डब्यात ठेवावे. सकाळपर्यंत रुचकर पौष्टिक अंकुरित अमृतान्न तयार होईल. यामध्ये चवीसाठी मीठ, जिरे, लिंबू किंवा आवडीनुसार थोडासा मसाला घालावा. तोचतोपणा टाळण्यासाठी अधूनमधून बारीक कांदा, टोमॅटो, गाजर, काकडी, किंवा ऋतुमानाप्रमाणे उपलब्ध फळांच्या फोडी किंवा डाळिंबाचे दाणे वापरून चवीत बदल करावा.

याच्या नियमित सेवनाने दिवसभरासाठी आवश्यक असलेल्या तंतुमय पदार्थांची (फायबर्स) पूर्तता होईल.

■

परिशिष्ट १०

स्वस्थ आहारासाठी काही उपयुक्त सूचना

१. नॉनस्टिक भांड्याचा वापर करा.
२. पदार्थ बनविताना कमीत कमी तेल-तूप वापरा.
३. तेलाऐवजी काही ठिकाणी टोमॅटो प्युरीचा वापर करा.
४. ग्रेव्ही घट्ट करण्यासाठी व चव बदलण्यासाठी दह्याचा वापर करा.
५. तळण्याऐवजी पदार्थ उकडून किंवा भाजून नंतर नॉन-स्टिकमध्ये कमी तेलात फोडणी द्या.
६. कच्च्या किंवा उकडलेल्या भाज्या भरपूर प्रमाणात खा.
७. कणकेचा वापर करताना ती कोंड्यासकट घ्या.
८. इतर धान्यांच्या पिठांचा वापर करा. (उदा. ज्वारी, बाजरी, मका.)
९. म्हशीच्या दुधापेक्षा, गाईच्या दुधाचा किंवा स्कीम्ड दुधाचा वापर करा.
१०. पॉलिश केलेला तांदूळ न वापरता हातसडीचा तांदूळ वापरा.
११. नुसत्या भातापेक्षा निरनिराळ्या डाळी वापरून केलेली खिचडी बरी.
१२. गोड पदार्थ बनविताना साय काढलेल्या दुधाचा व साखरेऐवजी शुगर-फ्री पावडरचा उपयोग करा.
१३. तेल न वापरता केलेल्या वेगवेगळ्या प्रकारच्या लिंबाच्या लोणच्यांचा आस्वाद घ्या.
१४. ताज्या फळांचा आहारात जरूर समावेश करा.

■

परिशिष्ट ११

आदर्श दिनचर्या

सकाळी ५.३० ते ६.३०	झोपेतून उठणे १ ग्लास लिंबूपाणी (साखर नको) दैनंदिन प्रातर्विधी. अभ्यंगस्नान.
सकाळी ६.३० ते ८	मोकळ्या हवेत चालणे. योगाभ्यास.
सकाळी ८ ते ९	सवडीनुसार नाश्ता.
दुपारी १ ते २	आपल्या वेळेनुसार भोजन. ५ ते १० मिनिटे वज्रासन. आवश्यक वाटल्यास अर्धा तास झोप.
संध्याकाळी ४ ते ५	संध्याकाळचा चहा.
रात्री ७ ते ८	रात्रीचे भोजन. रात्री झोपण्यापूर्वी २ ते ३ तास आधी भोजन संपवावे. १० मिनिटे चालणे किंवा वज्रासन.
रात्री १० पर्यंत	झोपण्याचा प्रयत्न करावा, अन्यथा–
रात्री १० ते ११	आपल्या सवयीनुसार व आवडीनुसार वाचन. योगनिद्रा किंवा ध्यान.

परिशिष्ट १२

प्रौढांसाठी आदर्श वजन-उंची कोष्टक

उंची (सें.मी)	उंची (इंच)	अपेक्षित वजन किलो पुरुष	अपेक्षित वजन किलो स्त्री
१४५	४'९"		४६
१४८	४'१०"		४६.५
१५०	४'११"		४७.०
१५२	५'		४८.५
१५६	५'१.५"		४९.५
१५८	५'२.२"	५५.८	५०.४
१६०	५'३"	५७.६	५१.३
१६२	५'३.८"	५८.६	५२.६
१६४	५'४.६"	५९.६	५४.०
१६६	५'५.४"	६०.६	५५.४
१६८	५'६.१"	६१.७	५६.८
१७०	५'६.९"	६३.५	५८.१
१७२	५'७.७"	६५.०	६०.०
१७४	५'८.५"	६६.५	६१.३
१७६	५'१०"	६९.४	६४.०
१७८	५'१०.८"	७१.०	६५.३
१८२	५'११.६"	७२.६	
१८४	६'४"	७४.२	

एखाद्या ठिकाणी तक्ता उपलब्ध नसल्यास :

आपली सेंमी.मधील उंची – १०० = ढोबळमानाने आपले अपेक्षित वजन.

उदा. उंची १६० सेंमी. असल्यास

१६० – १०० = ६० किलोच्या आसपास वजन असावे. यामध्ये ± ५% फरक चालेल.

■

परिशिष्ट १३

मधुमेहींसाठी 'डायबेटिक कार्ड'

मी मधुमेही असून रक्तातील साखर खूप कमी झाल्यामुळे संभ्रमावस्थेत किंवा बेशुद्धावस्थेत आढळल्यास खालील पत्त्यावर संपर्क साधून कळवावे. सोबत असलेली साखर किंवा एखादा गोड पदार्थ खाण्यास द्यावा.

नाव :
घरचा पत्ता :
ऑफिसचा पत्ता :
टेलिफोन नं. :
रक्तगट :
आपल्या डॉक्टरांचे नाव व पत्ता :
सध्या सुरू असलेली औषधे :
गोळ्या :
इन्शुलिन :

या प्रकारचे कार्ड मधुमेहींनी सतत आपल्या जवळ बाळगावे म्हणजे इमर्जन्सीमध्ये आवश्यकता पडल्यास तातडीने मदत मिळू शकेल.

परिशिष्ट १४

मधुमेहींच्या पायांसाठी काही उपयोगी व्यायाम प्रकार

१. चालणे
रोज अर्धा ते एक तास मोकळ्या हवेत चालणे.

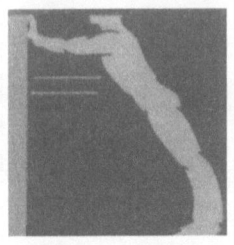

२. पोटऱ्यांच्या स्नायूंचा व्यायाम
चित्रात दाखविल्याप्रमाणे दोन्ही हात भिंतीवर ठेवून पाय भिंतीपासून काही अंतर दूर ठेवा. पाय व पाठ न वाकवता कमीत कमी २० वेळा हात भिंतीवर दाबून मागे पुढे व्हा. पायांत गोळे येऊन दुखत असल्यास त्रास कमी होतो.

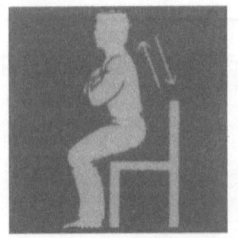

३.
हाताची घडी घालून खुर्चीवर बसा व तशाच अवस्थेत उठून उभे राहा. अशा प्रकारे किमान १० वेळा व्यायाम करा.

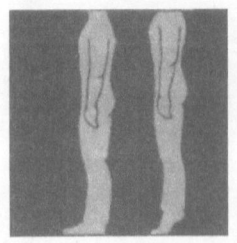

४.
प्रथम पावलांच्या पंजांवर उभे राहा व नंतर जमिनीवर टाच टेकवा. हा व्यायाम निदान २० वेळा तरी करावा. यानंतर प्रथम एका पायावर तर नंतर दुसऱ्या पायावर उभे राहून पूर्ण शरीराचे वजन सांभाळा.

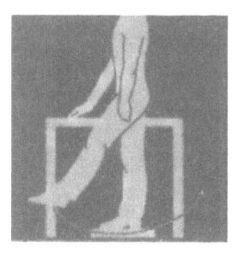

५.
साधारण विटेच्या आकाराचा लाकडी ठोकळा घेऊन एका पायाने त्यावर उभे राहा.
हाताने खुर्ची किंवा टेबलाचा आधार घेऊन दुसरा पाय १० वेळा तरी मागेपुढे करा.
नंतर दुसरा पाय ठोकळ्यावर ठेवून पहिल्या पायाला व्यायाम द्या.

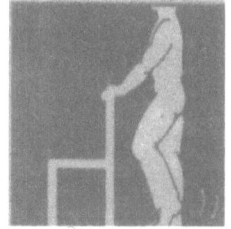

६.
चित्रात दाखविल्याप्रमाणे खुर्चीच्या आधारे पूर्ण शरीराचे वजन पायाच्या बोटांवर घेऊन ऊठबस करा.

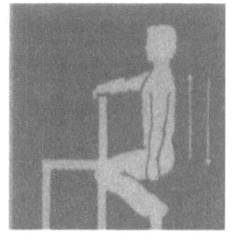

७.
खुर्चीचा आधार घेऊन चित्रात दाखविल्या-प्रमाणे गुडघे वाकवून किमान १० ऊठाबशा काढा.
हा व्यायाम करताना पाठ ताठ ठेवा.

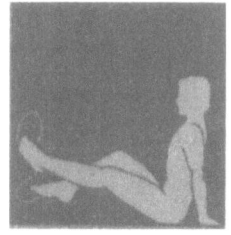

८.
खाली जमिनीवर बसून हातांचा आधार घेऊन पाठीचा कल थोडासा मागच्या बाजूला करा. पायांना आराम मिळून ऊब येईपर्यंत हवेत गोल गोल फिरवा.

चाळिशीनंतरच्या संपन्न वाटचालीसाठी जिव्हाळ्याच्या
विषयावरील उत्कृष्ट मार्गदर्शन

चाळिशीनंतरची वाटचाल

(परिपूर्ण वृद्धत्वाची तयारी)

डॉ. सुभाष दांडेकर

'चाळिशी' हा माणसाच्या आयुष्यातील निर्णायक टप्पा का मानला जातो, हे सांगून डॉ. सुभाष दांडेकर यांनी या पुस्तकात, चाळिशीनंतरच्या आयुष्याशी अत्यंत निगडित अशा अनेक महत्त्वाच्या आणि जिव्हाळ्याच्या विषयांवर उत्कृष्ट मार्गदर्शन केलेले आहे.

चाळिशीनंतर होणारे शारीरिक बदल, ऋतुनिवृत्ती, हृदयविकार, कर्करोग, मधुमेह अशा अनेक विषयांचे सविस्तर विवेचन करून, लेखकाने या विविध विकारांवरील उपचारांचे नेमके स्वरूप, त्यांतील तांत्रिक क्लिष्टता टाळून स्पष्ट केले आहे. वाचकांना त्यांच्या रोजच्या अनुभवविश्वातील उदाहरणे देत देत या सर्व गोष्टी लेखकाने पटवून दिल्या आहेत.

हृदयविकाराच्या विविध चाचण्या, शस्त्रक्रिया, त्यांचे स्वरूप यांचे त्यांनी केलेले स्पष्टीकरण हे तर या पुस्तकाचे वैशिष्ट्य ठरावे.

ज्या विषयांवर कुटुंबात, समाजात उघड बोललेही जात नाही, असा 'चाळिशीनंतरचे कामजीवन' हा नाजूक विषयीही त्यांनी कौशल्याने हाताळला आहे. 'कौटुंबिक स्वास्थ्यासाठी काय करावे', 'वृद्धाश्रम टाळण्यासाठी काय करावे', याविषयी मोलाची चर्चा करताना त्यांनी वृद्धाश्रमांविषयीची मौलिक माहिती दिली आहे. दत्तकविधान, मृत्युपत्र, स्वेच्छामरण, देहदान, नेत्रदान या एरवी त्यांतील तांत्रिकतेमुळे क्लिष्ट वाटणाऱ्या विषयांची माहितीही त्यांनी वाचकांच्या आकलनाच्या कक्षेत आणून ठेवली आहे.

चाळिशीनंतरची वाटचाल सुखासमाधानाची व्हावी, यासाठीच्या अनेक महत्त्वाच्या विषयांची चर्चा एकत्र असणारे हे मराठीतील एकमेव पुस्तक ठरावे.

www.ingramcontent.com/pod-product-compliance
Lightning Source LLC
LaVergne TN
LVHW040147080526
838202LV00042B/3057